உள்ளம் துறந்தவன்

கிழக்கு பதிப்பக வெளியீடுகளாக சுஜாதாவின் புத்தகங்கள்

மீண்டும் ஜீனோ
நிறமற்ற வானவில்
நில்லுங்கள் ராஜாவே
தீண்டும் இன்பம்
ஆஸ்டின் இல்லம்
அனிதாவின் காதல்கள்
நைலான் கயிறு
24 ரூபாய் தீவு
அனிதா இளம் மனைவி
கொலை அரங்கம்
கமிஷனருக்கு கடிதம்
அப்ஸரா
பாரதி இருந்த வீடு
மெரீனா
ஆர்யபட்டா
என் இனிய இயந்திரா
காயத்ரி
ப்ரியா
தங்க முடிச்சு
எதையும் ஒருமுறை
ஊஞ்சல்
ஓரிரவில் ஒரு ரயிலில்
மீண்டும் ஒரு குற்றம்
விக்ரம்
நில், கவனி, தாக்கு!
வாய்மையே சில சமயம் வெல்லும்
ஆ..!
வசந்த காலக் குற்றங்கள்
சிவந்த கைகள்
ஒரே ஒரு துரோகம்
இன்னும் ஒரு பெண்
6961
ஜோதி
மாயா
ரோஜா
ஓடாதே
மேற்கே ஒரு குற்றம்
விபரீதக் கோட்பாடு
ஐந்தாவது அத்தியாயம்
மலை மாளிகை
விடிவதற்குள் வா
மூன்று நாள் சொர்க்கம்
பத்து செகண்ட் முத்தம்
கம்ப்யூட்டர் கிராமம்
இளமையில் கொல்
மேகத்தை துரத்தியவன்
ஒரு நடுப்பகல் மரணம்
நகரம்
இதன் பெயரும் கொலை
மண்மகன்
தப்பித்தால் தப்பில்லை
விழுந்த நட்சத்திரம்
முதல் நாடகம்
ஆட்டக்காரன்
ஜன்னல் மலர்
என்றாவது ஒரு நாள்
வைரங்கள்
மேலும் ஒரு குற்றம்
சொர்க்கத் தீவு
கனவுத் தொழிற்சாலை
ஆயிரத்தில் இருவர்
பதினாலு நாட்கள்
உள்ளம் துறந்தவன்
பிரிவோம் சந்திப்போம்
கரையெல்லாம் செண்பகப்பூ
இரண்டாவது காதல் கதை
நிர்வாண நகரம்
குருபிரசாதின் கடைசி தினம்
இருள் வரும் நேரம்
திசை கண்டேன் வான் கண்டேன்
ஆழ்வார்கள் - ஓர் எளிய அறிமுகம்
தேடாதே
விருப்பமில்லாத் திருப்பங்கள்
விரும்பிச் சொன்ன பொய்கள்
கை
ஆதலினால் காதல் செய்வீர்
நூற்றாண்டின் இறுதியில் சில சிந்தனைகள்
அப்பா, அன்புள்ள அப்பா
மிஸ். தமிழ்த்தாயே, நமஸ்காரம்!
சிறு சிறுகதைகள்
வாரம் ஒரு பாசுரம்
வானத்தில் ஒரு மௌனத்தாரகை
கடவுள் வந்திருந்தார்
அனுமதி
ஓலைப் பட்டாசு
சேகர், சிங்கமய்யங்கார் பேரன்
கம்ப்யூட்டரே ஒரு கதை சொல்லு
டாக்டர் நரேந்திரனின் வினோத வழக்கு
நிஜத்தைத் தேடி
பாதி ராஜ்யம்
சில வித்தியாசங்கள்

உள்ளம் துறந்தவன்

சுஜாதா

கிழக்கு

உள்ளம் துறந்தவன்
Ullam Thuranthavan
by Sujatha
Sujatha Rangarajan ©

Kizhakku First Edition: December 2010
200 Pages
Printed in India.

ISBN 978-81-8493-613-1
Title No. Kizhakku 594

Kizhakku Pathippagam®
177/103, First Floor,
Ambal's Building, Lloyds Road,
Royapettah, Chennai 600 014.
Ph: +91-44-4200-9601
Email : support@nhm.in
Website : www.nhm.in

Cover Image: Shutterstock

Kizhakku Pathippagam is an imprint of New Horizon Media Private Limited

This book is sold subject to the condition that it shall not, by way of trade or otherwise, be lent, resold, hired out, or otherwise circulated without the publisher's prior written consent in any form of binding or cover other than that in which it is published and without a similar condition including this the rights under copyright reserved above, no part of this publication may be reproduced, stored in or introduced into a retrieval system, or transmitted in any form or by any means (electronic, mechanical, photocopying, recording or otherwise), without the prior written permission of both the copyright owner and the above-mentioned publisher of this book.

அழகேசன் சோடியம் அருகில் பேசிக்கொண்டிருந்தான். அவன் முகத்தில் படிப்பு விளக்கு வெளிச்சம் அடித்தது. மஞ்சரி அவன் சொன்னதில் கவனம் இல்லாமல், அங்க அசைவுகளை ஒரு மகா ரசிகையாகப் பார்த்துக் கொண்டிருந்தாள். கையசைவுகள், கண் சிமிட்டல்கள், இயற்கையான சிக்கனமான புன்னகை, காது மடல் (இஷ்டப்படி காதை ஆட்டறியே, போன ஜன்மத்தில் நீ நாயா?) கறுப்புக்கேசம், திறந்த சட்டைக்குள் தெரிந்த கறுப்புக் கயிறு, மணிக்கட்டை இறுக்கிய லேடீஸ் வாட்ச் (அவள் கொடுத்தது).

1

எப்போதாவது மஞ்சரி இரவில் திடுக்கிட்டு, ஏசி இருந்தும் வியர்வை வெள்ளத்தில் எழுந்திருக்கும் போது, கனவின் விளிம்பில் அந்த விபத்தை மறுபடி வாழ்வாள், அது வந்த விபத்தா, வரப்போகும் விபத்தா என்பது பற்றிக் குழப்பமாக இருக்கும்.

★

இந்த வருஷம் மழையை சற்றும் எதிர்பாராத சென்னை திண்டாடியது. குடைகள் விரிய மறுத்தன. பல்புகள் எரிய மறுத்தன. வாகனங்கள் புறப்பட மறுத்தன. பேருந்துகள் நிற்க மறுத்தன. சாக்கடை கள் பாய மறுத்தன. துணிகள் காய மறுத்தன.

நுங்கம்பாக்கத்தில் ஒரு திங்கள்கிழமை. ஹாடோஸ் ரோடை ஒட்டிய ஒரு சாலையில், அந்த நவீனமான கட்டடத்தின் உச்சி மாடியில் இருந்தது இன்சாஃப் நிறுவனத்தின் போர்டு ரூம். சுற்றிலும் நீலக் கண்ணாடிகள் சென்னையின் மழையோசைகளை மழுப்ப, நீண்ட முட்டை வடிவ மேசையைச் சுற்றி பல இருக்கைகளில் பலவகைச் செருக்குடன் விருப்பு வெறுப்புகளுடன் உட்கார்ந்திருந்தவர்கள் அனை வரும், பெரும்பாலும் ஐம்பது வயதுக்கு மேற்பட்ட போர்டு மெம்பர்கள், பென்ஸ் டோயோட்டா, டயபடிஸ் பைபாஸ் பெரிய மனிதர்கள். சன்னலுக்கு வெளியே உள்ள நகரத்தின் தவிப்பை அறியாத, கவலைப்படாத வேறு உலகம்.

'நீங்க போகலைன்னா சரிப்பட்டு வராது இந்தர்.'

இந்தர் என்றது சேர்மன் ராகவேந்தரை.

'சி.எஃப்.ஓவை முதல்ல அனுப்பிச்சுப் பார்ப்போமே? அப்புறம் போய்ச் சேர்ந்துக்கறேனே?'

'ராகு, உனக்கு ஏதாவது ப்ராப்ளமா?' என்றார் ரமேஷ் சந்த்ரா. அடுத்த சேர்மனாக ஆசைப்படும் பெங்காலி.

'இல்லை.'

'ப்ராப்ளமா இருந்தாலும் இப்ப வெளிய சொல்லாதே... ஸ்டாக் விழுந்துரும்.'

'ஐ ஹேவ் நோ ஹெல்த் ப்ராப்ளம் ரமேஷ்.'

மற்ற போர்டு மெம்பர்கள் அதைத் தலை அசைத்து ஆமோதித்தனர்.

'மீடியாவுக்கு எந்தவிதச் சந்தேகமும் வரக்கூடாது.'

'ஜி.டி.ஆர்ல எத்தனை தேறும்?'

'ஃபைவ் ஹண்ட்ரட் மில்லியன் யுரோ.'

'லண்டன் ஸ்டாக் எக்ஸ்சேஞ்சிலதானே?'

'ஆமா.'

அப்போது கதவு திறந்து அந்த இளம் பெண் திடீர் என்று நுழைந்தாள். அத்தனை பேரை அங்கே அவள் எதிர்பார்க்கவில்லை போலும். சட்டென்று சுட்டுவிரலைக் கடித்துக்கொண்டாள்.

'ஸாரி ஸாரி ஸாரி' என்று கையை உதறிக்கொண்டு திரும்பிய வளை 'என்ன மஞ்சு?' என்று கேட்டார் ராகவேந்தர்.

'அப்புறம் பார்க்கறேன் அண்யா... பிசியா இருக்கீங்க...'

'அதெல்லாம் இல்லை வா... வாம்மா வா, மஞ்சுவுக்கு நான் எப்பவுமே அவய்லபிள்.'

'எக்ஸ்க்யூஸ் மி.'

‘ஜென்டில்மேன், நீங்க இவளைச் சந்திச்சதில்லை.. என் மகள் மஞ்சரி, திஸ் இஸ் தி போர்ட் ஆஃப் இன்சாஃப்.’

மஞ்சரி பயத்துடன் தலையை மையமாக அசைத்து நழுவினாள்.

‘இரு...’

‘வேற ரூம் போயிரலாம் அண்யா.’

தனி அறையில், ‘அண்யா, எனக்கு ரொம்ப கில்ட்டியா இருக்கு... நான் பாட்டுக்குக் கரடி மாதிரி குறுக்க பூந்தடிச்சு உள்ள வந்துட்டேன். இந்த மாளவிகா சனியன் சொல்ல மாட்டாளோ?’

‘மாளவிகாகிட்ட மஞ்சரி எப்ப வந்தாலும் அனுமதின்னு உத்தரவு. நீ என் செல்லப் பெண் இல்லையா? என்னிக்காவது ஒருநாள் நீ அந்த போர்டில உட்காரத்தானே போறே.’

‘நீங்க வேற! எனக்கு வைட் போர்டு, ப்ளாக்போர்ட் மட்டும்தான் தெரியும்’

‘என்ன விஷயம் சொல்லு?’ அவர் பற்ற வைத்த சிகரெட்டைப் பிடுங்கி அணைத்தாள்.

‘வீட்ல வந்து சொல்றேன்.’

மஞ்சரி, ராகவேந்தரின் வளர்ப்பு மகள். ராகவேந்தர் கோவை, சென்னை, பெங்களூர், கலிஃபோர்னியாவின் சான் ஹோஸே நகரங்களில் உள்ள இன்சாஃப் என்னும் புகழ்பெற்ற ஐடி மென் பொருள் நிறுவனத்துக்கு சொந்தக்காரர். இந்தியாவின் மூன்றா வது பணக்காரர் (சில வேளை இரண்டாவது). இன்சாஃப் என்பதற்கு இந்தியில் நீதி, நியாயம் என்று அர்த்தம் இருப்பது தற்செயலே. ராகவேந்திருக்கு அந்த அளவுக்கு இந்தி தெரியாது. பெற்றோர் கன்னடக்காரர்கள். சென்னையில் ரொம்ப வருஷமாக வாழும் குடும்பம்.

சென்னை நுங்கம்பாக்கத்தில் தலைமை அலுவலகம். இன்சாஃப் நிறுவனத்தின் பங்கு இன்றைக்கு எட்டாயிரத்து சொச்சத்தில் உலவுகிறது. ஆரம்பத்தில் ஐ.பி.ஓ.வின்போது பங்குகள் வாங்கின வர்களும், ஸ்டாக் ஆப்ஷன் வைத்திருக்கும் சிப்பந்திகளும் இன்று கோடீஸ்வரர்கள். ராகவேந்தர் இன்று லேசாக இருமினாலே நாளை சென்செக்ஸ் பத்து பாயிண்ட் விழுந்துவிடும்.

மஞ்சரியை கட்டாயம் ஏதுமின்றி சுதந்தரமாக வளர்த்தார். தன் தொழிலுக்குச் சௌகரியமாக எம்.சி.ஏ படித்துவிட்டு, எம்.பி.ஏ படிக்க அமெரிக்காவில் உள்ள தன் மூத்த மகளிடம் அனுப்ப விரும்பினார் (மாப்பிள்ளை அங்கே சர்ஜன்). மஞ்சரி வைஷ்ணவா கல்லூரியில் விஸ்காம் படிக்கவேண்டும் என்பதைச் சொல்லத்தான் இன்று பிற்பகல் அவசரமாக வந்தாள்.

'விஸ்காம்னா என்ன மஞ்சு?' ராத்திரி ராகவேந்தர் மாத்திரை சாப்பிட்டபின் கேட்டார்.

'விஷுவல் கம்யுனிக்கேஷன் அண்யா.'

ராகவேந்தரை 'அண்யா' என்று கூப்பிடுவாள். சிலவேளை 'பால்டி'. சில சமயம் 'சேட்டு', 'சோட்டு'... இஷ்டத்துக்கு...

'அது படிச்சா என்னவா ஆகலாம்?'

'அய்யோ சேட்டு அப்படி இல்லை. ஏதாவது ஆறதுக்காக இல்லை படிப்பு.'

'பின்ன?'

'படிப்பு அறிவு விரிவாறதுக்கு. நான் லிட்டரேச்சர் அல்லது ஜியாலஜி ஏதாவது எடுக்கலாமான்னுகூட யோசிக்கிறேன். இன்னும் தீர்மானிக்கலை.'

'அதுகூட சரிதான். அண்டர்க்ராஜுவேட் லெவல்ல ஏதாவது படிச்சாகணுமே... கம்பெனி சமாசாரமெல்லாம் அப்புறம் கத்துக்கலாம்.'

'சான்ஸே இல்லை. நான் ஃபேஷன் டிசைன் போறேன்.'

'மெடிக்கல் படியேன், என் பலவீனமான இருதயத்துக்குப் பாதுகாப்பாக. பாலாவும் சந்தோஷப்படுவார்.'

'நோவே, உங்க ஹார்ட்டுக்கு என்ன, பலமாகத்தான் இருக்கு. இல்லை, நான் ட்ரெக்கிங் போலாமான்னு யோசிக்கிறேன்.'

'ட்ரெக்கிங்?'

'ஆமா அண்யா.'

‘உனக்கு யாரு இந்த மாதிரி ஸ்க்ருபால் ஐடியாவெல்லாம் சொல்லித் தராங்க... கோயமுத்தூர்க்காரனா?’ இரண்டாவது மாப்பிள்ளை நாகரத்தினத்தைச் சொல்கிறார். ‘யாராயிருந்தாலும் கூட்டிட்டு வா... பலி போடணும்...’

‘ட்ரெக்கிங் போறதும் ஒரு வகையில் கல்விதான் அண்யா.’

‘அதாவது ஒரு மலை அல்லது குன்று மேல ஏறிட்டா, பரீட்சை பாஸ் பண்ணி டிகிரி வாங்கறமாதிரி, அப்படித்தானே?’

‘கேலி பண்ற...’

‘சேச்சே, ஏதாவது படிக்கறதாத் தீர்மானிச்சா, எனக்கு சந்தோஷம். ஜாக்ரஃபின்னே, கேட்டரிங்னே, ஜர்னலிசம்னே, ஃபேஷன் டிசைன்னே... தினம் மாத்திக்கிட்டே இருக்கே... ஏதாவது சீக்கிரமா சொல்லு... எனக்கு பெரிய யுரோப்பியன் ட்ரிப் இருக்கு.’

‘நானும் வரட்டுமா?’

‘பிஸினஸ் ட்ரிப் கண்ணு, ஜி.டி.ஆர் இஷ்யு. போய்ட்டு வந்தப்புறம் நாமெல்லாம் மெடிட்டரேனியன் ஸ்டார் க்ருய்ஸ் போகலாம்.’

‘இதையே வருஷா வருஷம் சொல்லிக்கிட்டிருங்க’ என்றாள் மரகதவல்லி.

‘ஆமா அண்யா’ என்று மஞ்சரி தலையாட்டினாள்.

‘மாப்பிள்ளைகிட்ட போய் ஹார்ட்டை ரிப்பேர் பண்ணிக்கிட்டு பத்து வயசு குறைச்சுக்கிட்டு வரப்போறேன். இதைப் போய் வெளியில சொல்லி வைக்காதே.’

‘தெரியாமத்தான் கேக்கறேன், என்ன பண்றது உங்களுக்கு?’ என்றாள் மரகதவல்லி.

‘முன்ன மாதிரி நடக்க முடியலை; பல்லு வலிக்குது.’

மஞ்சரி சிரித்தாள்.

‘சில வேளையில தோள்பட்டையில் வலி.’

‘அண்யா, சும்மா பயங்காட்டாதீங்க, உங்களுக்கு ஒண்ணும் இல்லை.’

'மஞ்சு, உங்கப்பாவுக்கு இதயமே கெடயாது. அப்புறம் எப்படி வலி வரும்?'

'அதைத்தான் நான் எப்பவோ இழந்துட்டேனே மதுபாலாகிட்ட!'

'மதுபாலா?'

'இளமையில் உங்கப்பாவோட, அது என்னங்க?'

'கனவுக்கன்னி! 'ஆர்பார்' படத்தை அம்பது தடவை, மிஸ்டர் அண் மிஸஸ் அம்பத்தஞ்சு தடவை பாத்திருக்கேன்.'

மஞ்சரி சட்டென்று நெற்றியைச் சுருக்கிக்கொண்டாள். 'உங்களுக்கு நான் எஞ்சினியரிங் படிக்கணும், எஞ்சினியரைக் கல்யாணம் பண்ணிக்கணும், அப்படித்தானே?'

'அதெல்லாம் வேண்டாம். உனக்காக விஜி காத்துக்கிட்டிருக்கானே, ஒரு ஃபோன் போட்டா ஓடி வந்துருவான்' என்றாள் மரகதம்.

'கல்யாணம் எதுக்கு?'

'நல்ல கேள்வி!'

'ஒரு ஆளைப் பாத்தா கல்யாணம் பண்ணிக்கணும்னு தோணனும்... விஜியைப் பாத்தா எனக்குத் தோணலை.'

'நீ அவனை எப்பப் பார்த்தே?'

'போட்டோலே பாத்தேன்மா. பிடிக்கலை. பேசறதே புரியலை.'

'ரொம்ப சௌகரியம், தெரியுமா?'

'உனக்கு அமிதாப் பச்சனைத்தான் பிடிக்கும், இல்லை, அவன் யாரு... விவேக் ஓபராய்?'

'அதெல்லாம் அப்ப, இப்ப அர்ஜுன் ராம்பால்.'

தந்தையின் முகத்தில் கவலை படிவதை உணர்ந்தாள். 'கோவமா?' என்று முகத்தைத் திருப்பினாள்.

'சேச்சே, சான்ஸே இல்லை, உன்னை எப்படி கோவிச்சுக்க முடியும்? உனக்கு யாரைப் பிடிச்சிருக்கோ அவனைக் காட்டு, கல்யாணம் பண்ணி வச்சுரலாம்.'

'பிடிச்ச மாதிரி யாரும் வரலையே. எல்லாருக்கும் எப்படியோ, நான் உங்க மகங்கறது தெரிஞ்சுருது. உடனே வழியறாங்க.'

'வழியாத ஆள் யாராவது மாட்டுவான்.'

அவன் பெயர் அழகேசன். ஜெமினி ஃப்ளை ஓவரை ஒட்டிய 'அரோமா' என்னும் காஃபி ஷாப்பில் வெய்ட்டர்.

2

மஞ்சரியிடம் கோபித்துக்கொள்வது யாருக்கும் கஷ்டம். அவள் இருப்பிடத்தில் சதா கலகலப்பாக இருக்கும். ஆண் பெண் வித்தியாசமின்றி, சமூக வேறுபாடுகள் இன்றி, எல்லாருடனும் இனிதாக, இயல்பாகப் பேசுவாள். யாராவது பேசினால், பாசாங்கில்லாமல் முகத்தில் முக்கால் பாகம் விரிந்த கண்களுடன் ஆர்வமாக நெற்றியைச் சுருக்கிக் கொண்டு, நாம் சொல்லும் விஷயம்தான் அவளுக்கு உலகிலேயே அதிக முக்கியமானது என்பதுபோலக் கவனிப்பாள். பார்த்த கணத்திலேயே நம் சுயசரிதை அனைத்தையும் அவளுடன் பங்குகொள்ளத் தோன்றும். உடனே அவளை நேசிக்க வைக்கும். பலவீனமுள்ளவர்கள் பேப்பர் பென்சில் எடுத்துக் கவிதை எழுத விரும்புவார்கள். பன்னிரண்டிலிருந்து பதினெட்டு வயது வரை, இளைஞர்கள் சந்தித்த மறுகணம் காதல் வசப்படாவிட்டால் சமதிங் ராங். திடீர் திடீர் என்று எதிர்பாராத காரியங்கள் செய்வாள். ஒருமுறை அமெரிக்காவில் சர்ஜன் பாலாவின் மகன் விஜியுடன் டெலிபோனில் பேசிக்கொண்டிருக்கும் போது 'உங்க வீட்ல என்ன இருக்கு, இடுப்பு வலியா? மூவ் ஆ?' என்றாள்.

'ஆர் யு நட்ஸ்?' என்று கேட்டான்.

எதிர்பாராத தன்மைதான் அவள் சிறப்பம்சம். இத்தனைக்கும் அழகி என்று உடனே சொல்லிவிட

முடியாது. பத்து நிமிஷம் உற்றுப் பார்த்துப் பேசினால் அவள் உண்மை அழகு புலப்படும். உயரமும் இல்லாமல் குள்ளமும் இல்லாமல் கச்சிதமான உடலமைப்பு. இடக்கைப் பழக்கம், aquiline nose (டிக்ஷனரியைப் பாருங்கள்). எல்லாவற்றிலும் ஓரளவுக்கு ஆர்வம். எதில் ஆர்வம் என்பது தினம் தினம் மாறும். ஒருநாள் இகேபானா, ஒருநாள் கர்நாடக சங்கீதம், ஒருநாள் சூடான் நாட்டு பட்டினிக் குழந்தைகள்.

ராகவேந்தர், மஞ்சரியின் பெற்ற தகப்பன் அல்ல. அவள் தாய்க்கு ராகவேந்தர் தமையன் உறவு. மஞ்சரிக்கு நாலு வயசு இருக்கும் போது தாய் தந்தை இருவரும் ஒரு சாலை விபத்தில் இறந்து போனார்கள். ராகவேந்தர் வெளிநாடு போயிருந்ததால், அவர்களுடைய அண்ணா பெண் கல்யாணத்துக்கு ஈரோடு போய்விட, கல்யாணம் பார்த்துவிட்டு ராகவேந்தரை வரவேற்க இரவோடு இரவாக சென்னைக்குத் திரும்பியபோது, மாமண்டூர் அருகில் இருட்டில் நிறுத்தி வைத்திருந்த லாரி மோதி விபத்து. அதிசயமாகத் தப்பித்த மஞ்சரிக்கு அந்தச் சம்பவம் நல்லவேளை ஞாபகமே இல்லை. பெற்றோரையும் ஞாபகம் இல்லை. அம்மாவும் அப்பாவும் இருக்கும் ஒரு போட்டோவில் தான் நிற்பதை உணர்ச்சி ஏதும் இல்லாமல் பார்த்திருக்கிறாள். அவர்கள் இருவரும் ஜுரம் வந்து செத்துப்போனதாகத்தான் மரகதவல்லி சொல்லியிருக்கிறாள். அவள்தான் அம்மா, ராகவேந்தர்தான் அப்பா. எப்போதாவது மஞ்சரி தனியாகப் படுக்கையில் திடுக்கிட்டு ஏசி இருந்தும் வியர்வை வெள்ளத்தில் எழுந்திருக்கும்போது, கனவின் விளிம்பில் அந்த விபத்தை மறுபடி வாழ்வாள். அது கடந்த காலமா, எதிர்காலமா என்கிற குழப்பத்தில் சற்று நேரம் அழுவாள். எப்போதாவதுதான்.

ராகவேந்தரும் மரகதவல்லியும் மஞ்சரியை மற்றொரு மகள் போலத்தான், ஏன் அதைவிடச் செல்லமாக வளர்த்தார்கள். அவர்களுக்குச் சொந்த மகளிர் இருவர். சின்ன மாப்பிள்ளை சரியில்லை, தூரத்து உறவு. கம்பெனியில் வேலை போட்டுக் கொடுத்ததில் பணத்தைக் கையாண்டுவிட்டு, ஆடிட்டர் அதைக் கண்டுபிடித்து. மாப்பிள்ளையை வேலையைவிட்டு நீக்கும் அளவுக்கு ரசாபாசமாகி விட்டது. மூத்த மாப்பிள்ளை அமெரிக்காவில் க்ளீவ்லண்டில் பெரிய சர்ஜனாக இருக்கிறார். அவர்களுக்கு ஒரு மகன், ஒரு மகள். இருவரும் அமெரிக்காவில் பிறந்து வளர்ந்தவர்கள். மகன் விஜய்க்கு மஞ்சரியைக் கொடுக்க

ராகவேந்தருக்கு ஓர் ஆசை உள்ளது. அதை மரகதவல்லியிடம் சொல்லியிருக்கிறார். விஜியை, மஞ்சரி சின்ன வயதில் பார்த்திருக்கிறாள். இரண்டாவது மாப்பிள்ளை நாகரத்தினம்-கல்யாணி தம்பதிக்கு ஒரு பையன், பெயர் சரவணன்; இரண்டு பெண்கள் அமிர்தா, ரோகிணி. ஒருத்தி டென்த், மற்றவள் எய்ட்த், கோவையில் படிக்கின்றனர். மாப்பிள்ளைக்கு வேலை வெட்டி கிடையாது. மாமனார் ஏற்படுத்திய பணத்தில் வசதியாக வாழ்ந்தாலும், அவ்வப்போது உங்கப்பன் உங்கப்பன் என்ற பிரித்துப் பேசி, கல்யாணியை நச்சரிக்கும் குணம் நாகரத்தினத்துக்கு. இத்தனைக்கும் உறவு வேறு. சரவணனை பெரியவரின் செல்லப் பெண் மஞ்சரிக்குக் கல்யாணம் செய்து கொடுக்கப் பிரயத்தனங்கள் வேறு.

மஞ்சரிக்கும் ராகவேந்தரின் மற்ற மகள்களுக்கும் வயசு வித்தியாசம் அதிகம். அதனால் மஞ்சரி, ராகவேந்தரின் கடைசிச் செல்ல மகளாக, சில சமயம் பேத்தியாகக் கருதப்பட்டாள். இதுபற்றி குடும்பத்தில் அதிருப்தி. மற்றவர்கள் பெரியவரிடம் ஏதாவது கேட்கவேண்டுமானால் மஞ்சரி மூலமாகத்தான் கேட்பார்கள்.

கம்பெனி ஷேர்கள் பெரும்பாலும் ராகவேந்தரின் பெயரிலும் மரகதவல்லி பெயரிலும் இருப்பதும், மாப்பிள்ளைக்கு சல்லிக் காசு இல்லாததும் பெரிய பெரிய மனத்தாங்கல். சர்ஜன் பாலா எப்போதாவது இந்தியாவுக்கு வரும்போது அவரை 'கேளு கேளு' என்று தொணதொணப்பார்கள். அவருக்கு பணத் தேவை இல்லை. கேட்க மாட்டார். யாரும் நேரடியாக ராகவேந்தரை எதிர்க்க மாட்டார்கள். பயம். எல்லோரும் சண்டை போடாமல் வசதியாக வாழலாம். அதற்கான ஏராளமான சொத்து, தோப்பும் துரவுமாக ஊருக்கு ஊர் பங்களாக்களுமாக இருந்தும் குடும்பத்தில் அமைதி இல்லை. அனைத்தும் மஞ்சரிக்குப் போகப் போகிறது என்கிற சந்தேகத்தை யாரும் வெளிப்படையாகச் சொல்ல மாட்டார்கள்.

இந்தக் கதையின் முக்கியமான சம்பவம் மே மாதம் 21-ம் தேதி வெள்ளிக்கிழமை அன்று நிகழ்ந்தது. மாலை மஞ்சரி, தன் சினேகிதிகளுடன் அப்ளிகேஷன் வாங்க ஸ்டெல்லா மேரிஸ், எத்திராஜ், டபிள்யு.சி.சி, மீனாட்சி, எம்.ஓ.பி என்று திரிந்துவிட்டு ஃப்ளை ஓவர் தாண்டி, நுங்கம்பாக்கம் ஹைரோடு தொடக்கத்தில் இருந்த ஒரு நவீன காம்ப்ளெக்ஸில், அரோமா என்கிற காஃபி ஷாப்பில் (அது இன்சாஃப் நிறுவனத்துடையது என்பது

மஞ்சரிக்குத் தெரியாது) கும்மாளமாக காப்புசீனோ ஆர்டர் செய்திருந்தார்கள். வெய்ட்டர் தூய ஆங்கிலத்தில் பேசியது சிரிப்பாக வந்தது. 'காபி வருவதற்கு சரியாக ஏழு நிமிஷம் ஆகும். அது வரை இந்த ஹைக்கூ கவிதையை ரசித்துக் கொண்டிருக் கலாம்' என்று ஒரு சிறிய பூப்போட்ட காகிதத்தைக் கொடுத்தான்.

'கடற்கரையில் திரும்பிப் பார்த்தால்
என் கால் பதிவுகளைக்
காணவில்லை.'

யு லைக் இட்?'

'கிரேட் போயம். அர்த்தம்தான் புரியவில்லை' என்றாள் ஒருத்தி.

'நண்டு கொண்டுபோயிடுச்சா?'

வெள்ளிமணிபோல் அவர்களிடம் சிரிப்பு பீறிட்டது.

'இல்லைங்க, மனிதனின் பதிவுகள் எவ்வளவு சீக்கிரத்தில் மறக்கப்படுகிறதுன்னு சொல்லுது கவிதை.'

'கரெக்ட்.'

அவர்கள் கை தட்டினார்கள். 'உங்களுக்கு இதுக்கும் சம்பளம் உண்டா?'

'இல்லைங்க, ஒரு கப் காப்பி உண்டு.'

அவர்கள் ரகசியமாகச் சிரித்துக்கொண்டார்கள்.

அப்போதே அவர்கள் அந்த இளைஞர்களால் கவனிக்கப் பட்டார்கள். சற்றுத் தள்ளி அவர்களையே, குறிப்பாக மஞ்சரியின் சிநேகிதி ஒருத்தி மூக்கும் முழியுமாக ஒரு ஐயங்கார் பெண்... அவளையே கண் கொட்டாமல் பார்த்துக்கொண்டிருந்தார்கள். அது இவர்களுக்கு கண் விளிம்பில் தெரிந்தது.

'பாத்துட்டுப் போகட்டும், சும்மாருடி' என்றாள் மஞ்சரி. அவர்களில் ஒருவன் அருகில் வந்து நின்று 'ஹாய்' என்றான்.

அவர்கள் திடுக்கிட்டு 'ஓ ஹாய்' என்றார்கள்.

'லேண்ட்மார்க்கிலிருந்து உங்களை ஆட்டுக்குட்டி மாதிரி தொடர்ந்து வரேங்க.'

‘ஏதாவது கேக்கணுமா சாமிநாதன்?’

‘எம் பேரு சாமிநாதன் இல்லை.’

‘பின்ன, பேர் சொல்லு...’

‘ராமநாதன்.’

‘ஜாஸ்தி வித்தியாசம் இல்லை’

‘ஏய் வெய்ட்டர், இரண்டு மேஜையையும் ஒட்டிப் போடு!’ என்று அதட்டலாக ஆணையிட்டான்.

வெய்ட்டர் பெயர் அழகேசன். ‘ஸாரி சார்.’

‘உங்க பேரு?’ என்று இளைஞன் கேட்க,

‘மஞ்சரி அண் திஸ் இஸ் வைதேகி, நீங்க கண்கொட்டாம பாத்துக்கிட்டிருக்கிற வைதேகி.’

‘தெரியும். உங்க எல்லார் பேரும் தெரியும்.’

‘மஞ்சு, ஷட் அப்யா’ என்றாள் வைதேகி.

‘வெயிட்டர்! பேரர், க்விக்!’ என்று கை சொடக்கினான்!

‘ஸாரி! ஒட்டல் டேபிள் அரேஞ்ச்மெண்டை மாத்தறதுக்கு மேனேஜ்மெண்ட் அனுமதி இல்லை.’

‘இப்ப டேபிள இழுத்துப் போடுவியா மாட்டியா? கார்ட்டூன் கே பச்சே!’

‘தட்ஸ் நாட் மை ஜாப்.’

‘வாட்ஸ் யுவர் ஜாப்? எச்ச ப்ளேட் பொறுக்கறதா?’

‘என்னடா சொன்னே, நீதாண்டா எச்சப் பொறுக்கி!’ அழகேசன் அவன் காலரை கொத்தாகப் பிடித்தான். அவனுடன் ஒப்பிட்டால் ராமநாதன் ஒல்லி. அப்பா தியேட்டர் ஓனர். தண்ணி லாரி அடிப்பவர். பணத்திமிர், அவனுக்கு அந்தத் தைரியத்தைக் கொடுத்திருந்தது.

அழகேசன் மஞ்சரியிடம், ‘நீங்க காபி சாப்டிட்டிருங்க. இந்த மாதிரி கஸ்டமர்ஸை என்ன செய்யணுமுன்னு எங்களுக்குத்

தெரியும் வாடா...' அவனை ஏறக்குறைய ஒற்றைக் கையால் எம்பி எம்பித் தூக்கி அழைத்துச் சென்றான்.

அவனுடன் வந்தவர்கள் சண்டையில் கலந்துகொள்ள அவகாசமே தராமல், அழகேசன் அவனைத் தரதரவென்று இழுத்துச் சென்று விட்டான்.

கொஞ்ச நேரத்தில் திரும்ப வந்து 'இனிமே அந்தப் பையன் உங்களுக்குத் தொந்தரவு தரமாட்டான்.'

'அடிச்சீங்களா?'

'தேவை இல்லை. ஈவ் டீஸிங் ஸ்க்வாடு, மாறுவேஷத்தில வெய்ட்டர் மாதிரி வந்திருக்கேன்னு சொன்னேன். ஓடிப் போய்ட்டான்.'

'தாங்க்ஸ், உங்க பேரு?'

'எனக்கெல்லாம் பேரு கிடையாதுங்க. வெய்ட்டர், பேரர். பேரு முக்கியமில்லைங்க'

மஞ்சரி நேராக மேனேஜரிடம் சென்று புகார் கொடுத்தாள். ராகவேந்தருக்கு போன் செய்தாள்.

'மாளவிகா, லெட் மி டாக் டு மை ஃபாதர்.'

'சோட்டு, மஞ்சு பேசறேன். அரோமான்னு காபி ஷாப்பிலிருந்து பேசறேன். இங்க ஒரு பையன் தொந்தரவு பண்றான் எங்களை!'

'மேனேஜர்ட்ட போனைக் கொடு.'

மேனேஜர் குரலில் முதலில் கண்டிப்பும், பிறகு அபரிமிதமான குழைவும் தெரிந்தது.

நடுங்கும் கரங்களுடன் போனை வைத்துவிட்டு, 'உக்காருங்க மேடம், ராகவேந்தர் சாருடைய டாட்டர்னு சொல்லியிருந்தா ஹாலையே காலி பண்ணிக் கொடுத்திருப்பேனே!'

'எங்கப்பாவை தெரியுமா?'

'அவர்தாம்மா இந்த காஃபி ஷாப், புக் ஷாப், இந்த பார்லர் எல்லாத்துக்கும் சொந்தக்காரர், இது மட்டுமில்லை, புக் ஷாப்

கீழே இருக்கிற செல்போன் கம்பெனி, இந்தக் கட்டடமே இன்சாஃப்க்குச் சொந்தம்.'

'தெரியாது.'

போகும்போது மஞ்சரி அந்த வெய்ட்டரை ஒருமுறை பார்த்தாள். 'வெய்ட்டர்ங்களை காபி மட்டும் கொடுக்கச் சொல்லுங்க, கவிதை எல்லாம் வேண்டாம்னு சொல்லுங்க.'

மஞ்சரி புறப்பட்டதும் அழகேசனை மேனேஜர் விளித்தார். 'சம்பள பாக்கியை காஷியர்ட்ட வாங்கிட்டு, இடத்தைக் காலி பண்ணு. நாளைலருந்து வேலைக்கு வரவேண்டாம்.'

'சரி சார்.'

'கஸ்டமர்ங்கிட்ட காபிதான் பேசணும். கவிதை இல்லை, என்னடா சிரிக்கிறே?'

'இதை எதிர்பார்த்தேன்.'

3

கோவை விமான நிலையத்துக்கு அருகே உள்ள புதிய காலனியின் பெயர் ராஜ்நகர். தனித்தனியே பெரிய பெரிய வீடுகள். ஒவ்வொன்றும் இரண்டு கிரவுண்டில் மாடியும் கீழுமாக, நவீன வசதிகளுடன் கட்டப்பட்ட வீடுகள், பணக்காரக் காலனி. அதில் ராகவேந்தரின் இரண்டாவது மாப்பிள்ளை நாக ரத்தினம் வசதியாக வாழ்ந்தார்.

கராஜில் இரண்டு கார்கள், போர்ட்டிகோவில் ஒரு கார். இரண்டு டிரைவர்கள். பெண்கள் (அமிர்தா, ரோகிணி) பள்ளிக்குச் செல்ல ஒரு கார். மகன் சரவண னுக்கு ஒரு கார். அம்மாவுக்கு ஒன்று, நாகரத்தினத் துக்கு ஒன்று, வருஷா வருஷம் காரை மாற்றுவார். இத்தனைக்கும் நாகரத்தினத்துக்கு வேலை வெட்டி கிடையாது. எல்லாம் மாமனார் அனுப்பும் பணம்.

ராகவேந்திரின் மகள் கல்யாணி பேரில் வைசியா பேங்கில் ஒரு அக்கவுண்ட். அதில் அவ்வப்போது செக்கில் கையெழுத்து வாங்கிக்கொண்டு நாக ரத்தினம் செலவழிப்பார். இதில் நாகரத்தினத்துக்கு மிகுந்த மனத்தாங்கல்.

'உங்கப்பன் பரதேசிகளை நம்புனாலும் நம்புவான், மாப்ளையை நம்ப மாட்டானே. எல்லாம் அந்த ஆடிட்டன் பரமேஸ்வர் வேலை. இரு, எல்லா ருக்கும் வெச்சிருக்கேன் ஆப்பு!'

'அப்படியெல்லாம் பேசாதீங்க. உங்களுக்குப் பணம்தானே வேணும்? அப்பாவைக் கேட்டா கொடுக்கறாரு.'

'ஒரு கோடி வேணும். கொடுப்பானா உங்கப்பன்?'

'கேளுங்க, கொடுப்பாரு!'

'நீ கேளு!'

'எனக்கு ஒரு கோடி வேணாமே.'

'உனக்கு கடுகு சைசிலே ஒரு மூக்குத்தி, ஒரு பாலிஸ்டர் புடைவை, கம்பெனி காலண்டர் போதும்னு வச்சிருக்கார்.'

'ஒரு கோடி எதுக்கு இப்ப?'

'ஒரு கிரைண்டர் பிசினஸ் ஆரம்பிக்கப் போறேன். பங்களா தேஷுக்கு எக்ஸ்போர்ட் ஆர்டர் கிடைச்சிருக்கு. ஒரு வருஷத்தில் ரெண்டு கோடி ஆக்கிடுவேன்.'

'அடுத்தமுறை பேசறப்ப, அப்பாவைக் கேக்கறேன்.'

'எனக்குன்னு தனி சம்பாத்தியம், தனி மரியாதை வேணும் உங்க வீட்டில.'

'அப்படியெல்லாம் பிரிச்சு பேசாதீங்க.'

'எனக்குத்தான் வேலை இல்லைன்னுட்டாரு... சாமிநாதன் வத்தி வெச்சான்.' சாமிநாதனுக்கு ஒரு கெட்டவார்த்தை வர்ணனை தந்தார்.

'பிள்ளைங்க முன்னால அந்த வார்த்தையெல்லாம் பேசாதீங்க!'

'அதுங்களுக்குத் தமிழ்ல அர்த்தம் தெரியாது. சரவணனுக்கு ஒரு வேலை போட்டுக் கொடுக்கச் சொன்னேனே, ஏதாவது செஞ்சாரா?'

'சரவணனை மஞ்சரிக்குக் கட்டிக் கொடுக்கறதா பேச்சு இருக்குங்க.'

'யாரு சொன்னாங்க?'

'அம்மாதான்.'

‘உங்கம்மாவுக்கு வாய்ஸே கிடையாது, பூச்சி. அந்தப் பெண் நம்ம எல்லாரையும் தூக்கி எறிஞ்சு பேசுது.’

‘சேச்சே, மஞ்சு தங்கமான பொண்ணு. அக்கா அக்கான்னு என்ன அன்பாப் பேசும்...’

‘உனக்கு உங்க வீட்டில அத்தனை பேரும் தங்கம். நாய்க்குட்டி குப்பைத்தொட்டி கூட தங்கம்.’

‘நான் போன் பண்ணி அப்பாவைக் கேக்கறேன்’ என்றாள்.

நாகரத்தினம் உடனே செல்போனில் நம்பர் எடுத்துக் கொடுத்தார்.

‘மாளவிகா. நான் நாகரத்தினம் பேசறேன்.’

‘...‘

‘எந்த நாகரத்தினமா? கோயமுத்தூர் மாப்பிள்ளைம்மா, பெரியவர் கிட்ட பேசணும், கொடுக்கறியா? ஹூம்! விச் நாகரத்தினம்! எல்லாருக்கும் திமிரு.’

‘...’

‘மாமா, நான் நாகரத்தினம் பேசறேன்.’ உடனே குழைவு

‘சொல்லுங்க மாப்பிள்ளை.’

‘சௌக்கியமா இருக்கீங்களா? மாத்திரையெல்லாம்...’

‘போர்ட் மீட்டிங்ல இருக்கேன், ஒருமணி கழிச்சு நான் கூப் பிடறேன்.’

போனை வைத்த நாகரத்தினம் முகம் சுருங்கியது.

‘பதட்டப்படாதீங்க, ராத்திரி நிதானமா பேசலாம்.’

நாகரத்தினம் இன்டர்நெட்டில் பங்குகளில் விளையாடுவார். சில நாள்களில் நாப்பதாயிரம் அம்பதாயிரம் இழப்பார். சிலநாள் பத்தாயிரம் வந்தால் குதிப்பார். அவருக்கு கந்துவட்டிக்காரர் களிடம் ஐம்பது லட்சம் கடன் இருந்தது. அதை மனைவியிடமோ மாமனாரிடமோ சொல்லவில்லை. ஆனால் ராகவேந்தருக்கு அது தெரியும். மாமனார் பெயரைச் சொல்லி நிறைய கடன் வாங்கி யிருக்கிறார். மாமனார் எப்படியும் கொடுத்துவிடுவார் என்ற

நம்பிக்கையில் கடன் கொடுத்திருக்கிறார்கள். காட்டனிலும் சிங்கிள் டிஜிட் லாட்டரியிலும் நிறைய விட்டிருக்கிறார். மனைவிக்குத் தெரியாமல் குடிப்பழக்கமும், ஜங்ஷன் அருகே பெண் சகவாசமும் உண்டு. வெளிப்படையாக மாமனாரிடம் பேசும்போது, மிகுந்த மரியாதையுடன்தான் பேசுவார். இன் சாஃபில் அவர் கையாடிய பணத்துக்கு ஜெயிலுக்குப் போயிருக்க வேண்டும். மன்னிக்கப்பட்டு, இன்று பெரிய மனுஷனாக உலவுகிறார்.

ராத்திரி தன் தாய் மரகதவல்லிக்குக் கல்யாணி போன் செய்தாள்.

'என்ன கல்யாணி?'

'ஒண்ணுமில்லைம்மா, மாப்பிள்ளைக்கு ஒரு கோடி ரூபா பணம் வேணுமாம். புதுசா பிசினஸ் தொடங்கறாராம். நிறைய லாபம் வருமாம்.'

'ஏன்? பணம் பத்தலையா?'

'இல்லைம்மா, தனக்குன்னு ஒரு தொழில், ஒரு மரியாதை வேணும்ங்கறார். என்னைப் போட்டு புள்ளைப் பூச்சி மாதிரி பிடுங்கறார்.'

'ஒரு கோடியா?'

'ஆமா.'

'எங்கிட்ட அத்தனை பணம் இல்லையே. எல்லாம் உங்கப்பா ஷேராக் கொடுத்தது.'

'உங்கிட்ட கேக்கலைம்மா, அப்பாகிட்ட.'

'இதோ பக்கத்திலேயே இருக்காரு, பேசு.'

கல்யாணி இதை எதிர்பார்க்கவில்லை.

'என்ன கல்யாணி, மத்யானம் நாகு போன் பண்ணியிருந்தார். நான் மீட்டிங்ல இருந்தேன். யுரோப் போறேன், அதில பிசியா இருந் துட்டேன். கூப்பிட முடியலை.'

'அப்பா இவருக்கு ஒரு பிசினஸ் ஆரம்பிக்க, ஒரு கோடி ரூபா வேணுமாம்.'

‘என்ன பிசினஸ்?’

‘என்னவோ கிரைண்டர், பங்களாதேஷ்னு சொன்னார்.’

‘பங்களாதேஷ்ல கிரைண்டரா? அங்க எல்லாரும் மீன் சாப்பிடற வங்கம்மா’ என்று பெரிதாகச் சிரித்தார்.

‘அப்பா, கேக்கச் சொன்னார், கேட்டேம்பா.’

‘கோவிச்சுக்காதேம்மா, ஒரு கோடி குடுக்கறதைப் பத்தி இல்லை. நாகு பக்கத்தில் இருக்காரா?’

‘இல்ல, வெளிய போயிருக்கார்.’

‘முதல்ல எட்டு மணிக்குள்ள கிளப்லருந்து வீட்டுக்கு வரச் சொல்லு. ரூபா தர்றேன்.’

‘வந்துட்டார்ப்பா, இந்தாங்க பேசுங்க.’

நாகு இலேசான போதையில், மூச்சில் வோட்கா மணத்துடன் இருந்தாலும் மரியாதையுடன் பேசினார்.

‘மாமா?’

‘என்ன நாகு? ஏதோ கிரைண்டர் பங்களாதேஷ்னு, கல்யாணி சொல்லிச்சு.’

‘ஒரு எக்ஸ்போர்ட் ஆர்டர் வந்திருக்கு மாமா, என் ப்ரெண்டுக்கு. அதுக்கு ஒரு கம்பெனி ஆரம்பிச்சு, மூலதனம் போட்டு...’

‘ஒண்ணு செய்ங்க, மாப்ளை, ஒரு ப்ராஜெக்ட் ப்ரபோஸல் மாதிரி உடனே டாகுமெண்ட் தயார் பண்ணி எனக்கு ஒரு ஃபேக்ஸ் அனுப்பிருங்க. நான கிளியர் பண்ணிர்றேன்.’

‘சரி மாமா.’

‘தப்பா நினைச்சுக்காதீங்க, ஐம் ஆன்ஸரபிள் டு மை போர்ட். பேத்திங்கள்ளாம் சௌக்கியமா? நல்லா படிக்கிறாங்களா? சரவணனைக் கூப்பிடுங்க.’

‘அவன் இன்னும் வரலை.’

‘இன்னுமா? கோயமுத்தூர்ல அஸ்தமிக்கலையா இன்னும்?’

'படிக்கப் போயிருக்கான், குரூப் ஸ்ட்டி.'

'படிச்சா சரி, பொண்ணுங்களாவது நல்லாப் படிக்குதா? அதுங்களும் ஊர் சுத்துதுங்களா?'

'நல்லாப் படிக்கிறாங்க மாமா.'

போனை வைத்ததும் 'உங்கப்பனுக்கு நம்ம எல்லாமே நக்கல்தான். ப்ராஜெக்ட் ப்ரபோஸலாம், போர்ட்ல சாங்ஷன் வாங்கணுமாம். கதை! இல்லைன்னு சொல்றதுக்கு இப்படி ஒரு தந்திரம். பிச்சைக்காசு, எனக்குப் பணம் வேண்டாம்னு சொல்லிரு, என்ன?'

'சரிங்க' என்றாள் கல்யாணி.

ராத்திரியே நாகரத்தினம் அந்த ப்ரபோஸலைத் தயார் பண்ணி மெயில் அனுப்பினார்.

4

மஞ்சரி பணத்தில் சிக்கனக்காரி. எங்கேயோ சேல் போட்டிருக்கிறார்கள் என்று இரண்டு பஸ் பிடித்து அண்ணா நகர் எக்மோர், வில்லிவாக்கம் என்று அலைச்சலாக அலைவாள். கடையையே வாங்கும் அளவுக்குச் செல்வம் இருப்பது அவளுக்குத் தெரியாதா, காட்டிக்கொள்வதில்லையா என்று அறிவது கஷ்டம். இதை சில சமயம் 'ரிவர்ஸ் ஸ்னாபரி' என்பார்கள். ரொம்பப் பணக்காரர்கள் கதர் ஆடையும், ஹவாய் சப்பலும் அணிவதுபோல, மஞ்சரிக்கு அப்படி ஒன்றும் பாசாங்கு இருப்பதாகத் தெரியவில்லை. தன் தந்தைதான் பணக்காரர், தான் பணக்காரி இல்லை என்று அவள் உள்ளுணர்வில் ஓர் எச்சரிக்கைக் குரல் ஒலிக்கும். மேலும் தான் பிறப் பால் மகளல்ல, வளர்ப்பால்தான் என்று உள்ளுக்குள் ஒரு தயக்கம், அல்லது சிலரைப்போல் இயல் பாகவே சிக்கன சுபாவம் அவளது அம்மாவிட மிருந்து வந்திருக்கலாம். தன் பணக்காரத்தனத்தை சினேகிதிகளிடம் காட்டிக்கொள்ளவே மாட்டாள். அவர்களில் பல பேருக்கு இவள் பெரிய இடத்துப் பெண் என்பதே தெரியாது. மஞ்சரி சில சமயம் 'ஏய் நீ எனக்கு ரெண்டு ரூபா தரணும். அவ அஞ்சு ரூபா தரணும்' என்றெல்லாம் சண்டை போடுவாள்

'அஞ்சு ரூபாயா எப்டி எப்டி?'

‘அன்னிக்கு பீச்ல மாங்காப் பத்தை வாங்கறப்ப தந்தேனே!’

‘அல்பம் அல்பம், பீச் மாங்காய்க்கெல்லாம் காசு வாங்கறியே!’

அந்த காஃபி ஷாப் சம்பவம் நிகழ்ந்த அடுத்த வாரம் கல்லூரி களுக்கு மனு போடுவதில் பிஸியாக இருந்துவிட்டாள். கண்டிப் பாக எஞ்சினியரிங், மெடிக்கல் எண்ட்ரன்ஸ் எக்ஸாம் எழுத மறுத்துவிட்டாள். பாலா, ‘அமெரிக்கா வந்து அண்டர்கிராஜு வேட் பண்ணு. ஸாட் எழுதிடு’ என்று வற்புறுத்தியிருந்தார். அதையும் நிராகரித்து கல்லூரிகளில் அப்ளிகேஷன் கொடுத்து, ரசீது வாங்கிக்கொண்டு, எக்மோரில் கோ ஆப்டெக்ஸ் அருகில் மலிவாக விதம்விதமான சுடிதார்கள் வாங்க அங்கே போயி ருந்தார்கள்.

மார்பில் SAVE THE WHALE என்று பச்சையில் எழுதி, இளைஞர்கள் துண்டுப் பிரசுரங்களைத் தந்து, ரூபாய் நோட்டுகள் கண்ணாடி வழியாகத் தெரியும் உண்டியலுடன் போகிற வருகிற பெண் களிடம் அன்பளிப்பு கேட்டுக்கொண்டிருந்தார்கள்

அவர்களில் அழகேசன் மஞ்சரியைப் பார்த்ததும் விலகிச் சென்றான். மஞ்சரி ‘நில்லு, உன்ன எங்கயோ பாத்திருக்கேன்.’

‘போன ஜன்மமா இருக்கலாங்க. ஆளை விடுங்க.’

‘விளையாடாதே, உன் முகம் ரொம்பப் பரிச்சயமா இருக்குது.’

‘ஆல்ரைட், அரோமா காஃபி ஷாப்ல உங்களுக்காக சண்டை போட்ட துரதிர்ஷ்ட வெய்ட்டர்ங்க.’

‘ஹைக்கூ?’

‘சாட்சாத்.’

‘இன்னிக்கு லீவா?’

‘என்னிக்குமே லீவு. வேலை போயிடுச்சுங்க. முதலாளி டாட்டர்னு சொல்லக்கூடாதா? அநியாயம்!’

‘எனக்கே அந்த எடம் எங்கப்பாவுக்குச் சொந்தம்னு அப்புறம் தான் தெரியும், ஸாரி.’

‘பொய்! பரவாயில்லை, பணக்காரங்க ஸாரி சொல்ல வேண் டியதில்லைங்க.’

அவன் பனியனைக் காட்டி, 'இது என்ன?'

'சேவ் தி வேல்னு... தமிழ் வேல் இல்லை, இங்கிலீஷ் வேல், திமிங்கிலம். வேல்னால, ஒருவாரம் வேலை. பனியன் போட்டுக் கிட்டு துண்டுப் பிரசுரம் கொடுத்தா ஐந்நூறு ரூபாய். சென்னைல இந்த மாதிரி கிறுக்கு கோஷ்டிங்க நிறையவே இருக்குதுங்க. உலகத்தில் இன்னைய தேதிக்கு எத்தனை திமிங்கிலம் இருக்கு தெரியுங்களா? ஒரு லட்சத்து எண்பதாயிரம்.'

மஞ்சரி அவன் சொன்னதை கவனிக்காமல், அவனையே... பார்த்துக் கொண்டிருந்தாள்

'வேலை போய்டுச்சா, நான் எங்கப்பாகிட்ட சொல்லி...'

'வேண்டாங்க, நான் விட்ட வேலையை இதுவரை மறுபடி தொட்டதில்லை. இந்த சப்பை மூஞ்சிங்ககூட வேல் வாட்சிங் குக்கு ஜப்பான் போற சான்ஸ் இருக்கு. திருச்சி, மதுரை, கன்யா குமரி வரைக்கும் சுத்திக்காட்டப் போகப் போறேன். ஒப்பந்தம். அட்வான்ஸ் வாங்கியிருக்கேன், செலவழிச்சாச்சு.'

'அதெல்லாம் திருப்பிக் கொடுத்துடச் சொல்றேன்.'

'வேண்டாங்க, திமிங்கிலங்க பாவம்ங்க.'

'திடீர்னு திமிங்கிலத்து மேல என்ன கவலை?'

'லவ்லி க்ரீச்சர்ங்க. உலகத்திலேயே பெரிய மிருகம் ப்ளூ வேல். 115 அடி நீளம், 150 டன் எடைங்க. உங்களுக்கு ஒண்ணு தெரியுமா? ரொம்ப நாட்களுக்கு முன்னால திமிங்கிலங்கள் தரையில நடந் துக்கிட்டிருந்துச்சாம். மான், ஒட்டகம், திமிங்கிலம் இதெல்லாத் துக்கும் பொதுவான முன்னோர்கள் உண்டு! திமிங்கிலத்தினால அதிக நேரம் தண்ணில இருக்க முடியாது. தெரியுமோ?'

'இந்த மாதிரி நிறைய்யப் பயனுள்ள தகவல் கைவசம் வெச்சிருக் கீங்களா?'

'அழகேசா, வேன் வந்துருச்சு, அங்க என்ன கிரவுண்ட் நட் போடற? மேடம், இவன் கேர்ள்ஃப்ரெண்டு பாத்தா சுளுக்கு!'

அவன் சிரித்து, 'வரேங்க, இன்னிக்கு ராத்திரி பத்தரைக்கு என்னை டீவில பார்க்கலாம். பை பை' என்று சொல்லிவிட்டு, க்வாலிஸ் வண்டியில் தொத்திக்கொண்டு சென்றான்.

ஆண்களும் பெண்களும் ஒரே மாதிரி பனியன் அணிந்து, நெருக்கமாக உட்கார்ந்திருந்தார்கள். ஒரு கணம் அவர்களுடன் அந்த வாகனத்தில் ஏறிக்கொண்டுவிடலாமா என்று மஞ்சரிக்கு தோன்றியது.

'யார்டி அது?'

'காஃபி ஷாப்ல வெய்ட்டரா இருந்தான்.'

'அவனா?'

'வேலை போயிடுத்தாம், பாவம்!'

வீட்டுக்குத் திரும்பியபோது ராகவேந்தர் ஏர்போர்ட் போகிற அவசரத்தில் இருந்தார்.

'அண்யா, உங்க காஃபி ஷாப்ல இஷ்டத்துக்கு வேலையை விட்டுத் தள்ளிர்றாங்க!'

'புரியலை.'

'அன்னிக்கு அரோமாவில கலாட்டா நடந்துச்சில்ல? அதில ஒரு வெய்ட்டர் எனக்கு உதவி பண்ணினான். அவனைப் போய் மேனேஜர் தூக்கிட்டார்.'

'எந்த வெயிட்டர், எந்த காஃபி ஷாப்? எதுவா இருந்தாலும் பரமேஸ்வரன் சார்கிட்ட சொல்லு. இல்லை இஃப் இட் கேன் வெய்ட், பதினஞ்சு நாள்ல வந்துருவேன்.'

'நான் பரமேசு சார்கிட்டப் பேசிக்கிறேன்.'

'அந்த வெய்ட்டர் பேர் என்ன?'

அழகேசா என்று அவர்கள் அழைத்தது மனத்தில் தேங்கியிருந்தது.

'அழகேசன்.'

ஒருமுறை அவளை வியப்புடன் பார்த்தார்.

பரமேஸ்வரன் வழியனுப்ப ஏர் டிக்கெட், போர்டிங் கார்டு, ஓட்டல் ரிசர்வேஷன், மீட்டிங் விவரங்களுடன் வந்திருந்தார்.

'நாகரத்தினம் அனுப்பிச்ச ப்ரபோஸலைப் பாத்தீங்களா?'

'பாத்தேன் சார். உண்மையைச் சொல்லட்டுமா?'

'சொல்லும். அதுக்குத்தானே உமக்குச் சம்பளம் கொடுத்து வச்சிருக்கு?'

'நீங்க உங்க மாப்பிள்ளைக்கு ஒரு கோடி அன்பளிப்பாக் கொடுக்க விரும்பினா, அது வேறு விஷயம். இந்த ப்ரபோஸலுக்குன்னா, போர்டு ஒத்துக்காது. பைசா பெறாது.'

'ஏன்?'

'ஸ்கீமே ஓட்டை. ஸ்டீல் விலை போன வருஷத்து விலை. அதுவே தப்பு. இருபத்தஞ்சு பர்சன்ட் ஜாஸ்தியாயிருக்கு. ஒரு கோடி இன்வெஸ்ட் பண்ணி, பிசினஸ் பண்ணி ஒரு கோடி நஷ்டப்படறதை விட, பேசாம அன்பளிப்பாக் குடுத்துரலாம். அதுக்கும் கிஃப்ட் டாக்ஸ் கட்டணும்.'

பரமேஸ்வரன் சில சமயம் கடுமையாகப் பேசுவார்.

'வேற எப்படிக் கொடுக்கறது?'

'ஒய்ஃப், டாட்டர் பேர்ல இருக்கற ஷேர்ல கொஞ்சம் வித்துத் தான் கொடுக்க முடியும்.'

'என்னவோ செய்யும். இல்லைன்னா கோவிச்சுப்பார். இந்தப் பொண்ணுக்கு ஒரு கம்ப்ளெயிண்ட், அரோமால யாரோ வெய்ட்டர் பையன் எல்ப் பண்ணியிருக்கான். அவனை மானேஜர் டிஸ்மிஸ் பண்ணிட்டாராம். அரோமாவை யார் பாத்துக்கறாங்க?'

'ஷண்முகம், செல்வகுமார்னு துடியான பையன்கள் முதலாளி.'

'என்னம்மா விஷயம்?'

'மாமா, அழகேசன்னு ஒரு வெய்ட்டரை மறுபடி வேலைக்குச் சேர்க்கணும்.'

'அவ்வளவுதானே? மஞ்சரி சொன்னா செய்தாகணுமே. நீயும் கௌசல்யாவும் ஒரே வயசு.'

கௌசல்யா அவருடைய ஒரே பெண். துங்கபத்ரா வெள்ளத்தில் இறந்து போனவள்.

ராத்திரி பத்தரை மணிக்கு எல்லா சானல்களிலும் டெலிஷாப்பிங் அல்லது சுவிசேஷம் அல்லது எண்கணிதம் அல்லது வாஸ்து அல்லது அதிர்ஷ்டக்கல் நிகழ்ச்சிகள் தெரிந்துகொண்டிருக்க, சோம்பேறித்தனமாக சானல் மேய்ந்து கொண்டிருந்தாள் மஞ்சரி. சட்டென்று ஒரு சேனலில் நிறுத்தினாள்.

'இந்த எளிய பாக்கெட் ஜிம் உடற்பயிற்சி சாதனத்தின் விலை 278 ரூபாய் மட்டுமே. பத்து நாட்களில் ஏழு கிலோ குறையவில்லை என்றால், திருப்தி இல்லையேல் பணம் வாபஸ்' என்று ஸ்கிப்பிங் ரோப்புடன் 'ப' வடிவ கம்பி இணைத்த, பத்துப் பைசா பெறாத ஒரு அற்ப சாதனத்தை அழகேசன் விவரித்துக்கொண்டிருந்தான். ட்ராக் சூட் அணிந்து சிங்கிலெட் பனியன் அணிந்து கேமராவை புன்னகையுடன் பார்த்து 'இப்ப பாத்தீங்களா, ஒவ்வொரு மசிலுக்கும் தனித்தனியாப் பயிற்சி தரலாம்.'

'திரையில் தெரியும் நம்பருக்கு அரை மணிக்குள் போன் செய்து ஆர்டர் கொடுப்பவர்களுக்கு, இருநூறு ரூபாய் மதிப்புள்ள ஒரு ட்விஸ்டர் இலவசம்!' மஞ்சரி அந்த எண்ணுக்கு உடனே போன் செய்தாள்.

'எனக்கு பாக்கெட் ஜிம் வேண்டாங்க. அதை டெமோ பண்ணவர் வேணும்.'

'அழகேசன் எப்பவோ ரிக்கார்ட் பண்ணிட்டுப் போய்ட்டாரே, இங்க இல்லைங்க.'

'அவர் திரும்பி வந்தா அவருக்கு வேலை போகலைன்னு சொல்லுங்க.'

'திரும்பி வர்றது சந்தேகங்க. எங்கேயோ ஜப்பான் டூர் போறதா சொல்லி பணபாக்கி எல்லாம் வாங்கிட்டுப் போனார். உங்க பேரு?'

'நெவர் மைண்ட்!'

'சரி எதுக்கும் வந்தா 'நெவர் மைண்ட்' போன் பண்ணதாச் சொல்றேன்.'

'என்னவெல்லாம் பேருய்யா!'

5

மறுதினமே நாகரத்தினம் சென்னைக்கு வந்து விட்டார். பரமேஸ்வரனுக்கு போன் செய்தார்.

'முதலாளி வெளிநாடு போயிருக்கார்' என்றார் பரமேஸ்வரன், நெற்றியைச் சுருக்கிக்கொண்டு. அவருக்கும் நாகரத்தினத்துக்கும் எப்போதுமே சமன் பாடுகள் சரியில்லை. 'நீ வேலைக்காரன், நான் முதலாளி' என்கிற தோரணை நாகரத்தினத்தின் நடையுடை பாவனைகளில் தொனிக்கும். ராகவேந் தரே அவர் முன் செய்யாத காரியங்களை, நாக ரத்தினம் செய்வார். காலை மேஜைமேல் வைப்பார். குண்டூசியை எடுத்துப் பல்குத்துவார். மேஜையில் உள்ள அலுவலகக் கடிதங்களையெல்லாம் படிப் பார். அவர் வருகிறார் என்றாலே பரமேஸ்வரனுக்கு டென்ஷன்.

'ஐயர், என் ப்ரபோஸலைப் பத்தி பெரியவர் ஏதாவது சொன்னாரா?' என்றார் போனில்.

'ஒரு கோடி ரூபாய்க்கு செக் கொடுக்கச் சொன்னார்.'

'ப்ரபோஸலைப் பத்தி ஏதும் சொல்லலியா?'

'எங்கிட்ட டிஸ்கஸ் பண்ணலை. உங்களுக்கு செக் அனுப்பச் சொன்னார். நீங்களே வந்துட்டீங்க. வீட்டுக்கு கார் அனுப்பட்டுமா?'

‘பார்க் ஷெராட்டனுக்கு அனுப்பு. அங்கதான் தங்கியிருக்கேன். வீட்டுப் பத்திய சாப்பாடு எனக்குச் சரிப்பட்டு வராது.’

நுங்கம்பாக்கம் ஆபீசுக்கு வந்து அட்டகாசமாக போர்டு ரூமில் போய் உட்கார்ந்தார். சிகரெட் பற்ற வைத்துக்கொண்டார். அந்தக் கட்டடத்திலேயே புகை பிடிப்பதற்குத் தடை.

‘எப்ப திரும்பி வரார்?’

‘ஏன்?’

‘அந்த கால்குலேஷன்ல ஒரு தப்பு இருந்தது. நீங்க பாக்கலியா ஐயர்?’

‘பாத்தேன். ஸ்டீல் ப்ரைஸ் தப்பா இருந்தது.’

‘பெரியவர் இதைக் கவனிச்சாரா?’

‘அவருக்கு இது தெரியும்’

‘வத்தி வெச்சிருப்பியே? அதனால இன்வெஸ்ட்மெண்ட் அதிக மாக்கணும். ப்ராஃபிட் லேசா குறையும்.’

‘இன்னும் எவ்வளவு வேணும்?’

‘ஒரு கோடி.’

‘அது அவர் வந்தப்புறம்தான் தீர்மானிக்கமுடியும். எனக்கு இன்ஸ்ட்ரக்ஷன் ஒரு கோடி வரைக்கும்தான்.’

‘ஐயர், இது உன் அப்பன் வீட்டுச் சொத்தா?’

‘இல்லை.’

‘இல்லை, கேட்டு வச்சுக்கறேன். அவருக்கு போன் போட்டு சொல்லிட்டு ரெண்டு கோடியாக் குடுத்துடு ஐயர்.’

‘முயற்சி பண்றேன்.’

‘ரோமிங் நம்பர் சொல்லும்.’

‘அதைக் கொடுக்க வேணாம்னு சொல்லியிருக்கார்.’

‘சொந்த மாப்பிள்ளைக்குக்கூட?’

‘மெய்ல் அனுப்பறேன். நீங்களே அனுப்பலாமே.’

‘அட எதாவது... அனுப்புய்யா!’

'Nagaratnam wants one more C more' என்று மெயில் அனுப்பினார். அதற்கு ராகவேந்தரின் சுருக்கமாக பதில் 'No!!!'

அதை அவரிடம் காட்டினார்.

‘நீ என்ன எழுதினே?’

‘பாருங்க நாகரத்னம் சார், நீங்களே ‘சிஎம்டி அட் இன்சாஃப் டாட் காம்’க்கு ஒரு விவரமான மெயில் அனுப்பிடுங்க. உங்க குடும்பத்துக்குள்ள சமரசம் பண்றது என் வேலை இல்லை.’

‘உனக்குத் திமிர் ஜாஸ்தி ஐயர்.’

‘அப்படியே இருக்கட்டும்.’

‘சரி ஒரு கோடி கொடு.’

‘அதுக்கு மிஸஸ் மரகதவல்லிகிட்ட கையெழுத்து வாங்கணும். ஒருநாள் ஆகும்.’

‘புரியலை’

‘அவங்க பேர்ல இருக்கற ஷேர்ல ரெண்டாயிரத்தை விக்கச் சொன்னார்.’

‘வேண்டாம், அதை எம்பேர்ல மாத்திரு.’

‘சரி, அவர்கிட்ட சொல்லிட்டு...’

‘அடாடாடா, இதெல்லாம் அவர்கிட்ட சொல்லவேண்டாம்.’

‘நாகரத்னம் சார், பெரியவரை உங்ககூட உடனே பேசச் சொல்லிர்றேன்.’

‘தேவையில்லை. சரி, நாளை டேட் போட்டு எம்பேர்ல செக்காக் கொடு.’

‘புதுக் கம்பெனி ‘கோவை மெட்டல்ஸ்’ பேர்ல கொடுக்கச் சொன்னார்.’

'அந்தக் கம்பெனி இன்னும் ரிஜிஸ்டர் ஆகலை.'

'ஆய்ட்டதா ப்ராஜெக்ட் ப்ரபோஸல்ல எழுதிருக்கு. அப்படி ஒரு கம்பெனியே இல்லையா?'

'இல்லை. இன்னும் இல்லை.' ஏசி இருந்தும், அவர்களிடையே உஷ்ணம் பரவுவதை உணர முடிந்தது.

'திஸ் இஸ் ஹைலி இர்ரெகுலர். நல்லவேளை போர்ட் பேப்பர்ஸ்ல சேர்க்கலை. இதை நான் பெரியவர்கிட்ட சொல்லியே ஆகணும்.'

'அதெல்லாம் வேண்டாம். எம்பேர்ல செக் கொடு போதும்.' சிகரெட்டை நசுக்கிவிட்டு, மற்றொன்றைப் பற்றவைத்தார்.

'இல்லை, அப்படி அவர் சொல்லலை.'

போர்டு ரூமில் நாகரத்தினமும் பரமேஸ்வரனும் மட்டும் இருந்தனர். நாகரத்தினம் முகம் சிவந்து, மேஜைக்கு குறுக்கே கடந்து பரமேஸ்வரனைக் கன்னத்தில் அறைந்தார். பிடித்துத் தள்ளினார்.

திடுக்கிட்டுக் கன்னத்தைத் தொட்டுக்கொண்ட பரமேஸ்வரன் கதவைத் திறந்து, 'பாகீரதி, ரமேஷ், கொஞ்சம் உள்ள வாங்க' என்றார். 'நாகரத்தினம், இப்ப அடிங்க, சாட்சிங்க இருக்காங்க. I need witnesses!'

'எக்கேடு கெட்டுப் போ' என்று புறப்பட்டார் நாகரத்தினம்.

மாமனார் வீட்டுக்குப் போய் அங்கு தங்கியிருந்த கல்யாணியை 'புறப்படு' என்றார்.

'என்ன ஆச்சு மாப்பிள்ளை?' என்றாள் மரகதவல்லி.

'உங்க வீட்டுக்காரருடைய காரியஸ்தன் ரொம்ப லொள்ளு புடிச்ச ஆசாமி. என்னமோ தன் சொத்தை எடுத்துக் கொடுக்கற மாதிரி. அவர்தான் இருக்கட்டும்... மாப்பிள்ளை மேல நம்பிக்கை இல்லையாம், பணத்தை எம்பேர்ல தரமாட்டாராம்.'

'எனக்கு ஒண்ணுமே புரியலை மாப்பிள்ளை.'

'அதும் தன் பணத்தை கொடுக்கமாட்டாராம். உங்க பேர்ல இருக்கற ஷேர்களை வித்துப் புதுக் கம்பெனி பேர்லதான்

தருவாராம். நான் என்ன பிச்சையா கேக்கறேன்? ஒரு கோடியை ரெண்டு கோடியாப் பண்றதுக்கு அயனா ஒரு திட்டம். உங்க வீட்டில் எனக்கு மரியாதையே கிடையாது. இங்க வந்ததே தப்பு. வாடி கழுதை போகலாம். இந்த வீட்டில் பொறந்தவங்களைவிட வளந்தவங்களுக்குத்தான் செல்வாக்கு.'

'மாப்பிள்ளை, இருங்க, சாப்டுட்டுப் போகலாம்.'

'குப்பைல போடுங்க சாப்பாட்டை. இந்த வீட்டில பச்சைத் தண்ணி சாப்பிடமாட்டேன்.'

அப்போது மஞ்சரி உள்ளே நுழைய, 'அக்கா எப்ப வந்தீங்க?' என்று கல்யாணியை கட்டிப் பிடித்து முத்தம் கொடுத்தாள்.

'அத்தானுக்கு முத்தம் இல்லையா?'

'என்ன கோவமா இருக்கீங்க?'

'மஞ்சுவைப் பாத்ததும் கோவம் போயிருச்சு. கோயமுத்தூர் எப்ப வரே? அங்க வந்து படியேன். நல்ல நல்ல காலேஜ் எல்லாம் இருக்கு.'

கல்யாணி, 'மஞ்சு, நீ இங்கேயே படி' என்றாள்.

நாகரத்தினம் புறப்பட்டுச் சென்ற மறுகணம் பரமேஸ்வரன், தன் வேலையை ராஜினாமா செய்வதாக முதலாளிக்கு மெயில் அனுப்பினார்.

அடுத்த கணம் போன் ஒலித்தது.

'என்ன பரமேஸ்வரன், என்ன நடந்தது?'

'உங்க மாப்பிள்ளை மிஸ்டர் நாகரத்தினம் என்னைக் கன்னத்தில் அடிச்சுட்டார் முதலாளி.'

'என்னய்யா ஆச்சு?'

'நான் எதிர்பார்த்தாப்பலேயே காலைலயே கோவைலேருந்து வந்துட்டார். உங்க மகளை வீட்டுக்கு அனுப்பிச்சுட்டு பார்க் ஷெராட்டன்ல தங்கினார். பத்தரைக்கு கார் அனுப்பச் சொன்னார்.'

'இத்தனை பீடிகை வேண்டாம். விஷயத்தைச் சொல்லு.'

சொன்னார். 'கன்னத்தில் அடியை விட உள்ளத்தில் அடி தாங்க முடியலை. உங்க கம்பெனியில ஜூன் வந்தா இருபத்தஞ்சு வருஷம் ஆறது. இதுவரைக்கும் என்னை 'சீ'ன்னு கூட யாரும் பேசினதில்லை...' அழுதார்.

'பரமேஸ்வரன், எனக்காக, ஒரு அஞ்சு நாள் காத்திருக்க முடியுமா உங்களால?'

'முடியாது, நான் உடனே போயாகணும்'

'சரி பொறுப்பை சி.எஃப்.ஓ கிட்ட ஒப்படைச்சுட்டுப் புறப்படும்.'

'சரி.'

'எனக்கு யுரோ இஷ்யு டென்ஷன் பத்தான்னு நீங்க வேற. நாகரத்தினம் வீட்லதான் இருக்கானா?'

'அவரு எங்க போயிருந்தாலும் ஐ டோண்ட் கேர்'

ராகவேந்தர் வீட்டுக்கே போன் செய்தார்.

'கல்யாணி, நாகரத்தினம் புறப்பட்டுட்டாரா?'

'இல்லை இருக்கார்'

'கூப்டு.' குரலில் இருந்த அதட்டல், கல்யாணியை பயப் படுத்தியது.

நாகரத்தினம் 'என்ன மாமா?' என்று குழைந்தார்.

'ஏன்யா உனக்கு அறிவிருக்கா, அந்தாளு நான் சொன்னதைச் செய்தார். அவரைப் போய் கன்னத்தில் அறைஞ்சியே, என்னை அறையறமாதிரிதானே அர்த்தம்? பரமேஸ்வரன் ரிசைன் பண்ணிட்டார். நான் நாப்பது வருஷமா பிசினஸ் பண்ணிக்கிட் டிருக்கேன். இதுவரை வேலைக்காரன் ஒருத்தனைத் தொட்டதில்ல. எதுக்காக அவரைக் கன்னத்தில் அறைஞ்சே?'

'அய்யோ அபாண்டம் மாமா, நான் அப்படி எதுவுமே செய்யலை. அந்தாளு பொய் சொல்றார் மாமா. என்னை உங்களுக்குத் தெரியாதா? நான் மத்தவங்ககிட்ட அடி வாங்குவேனே தவிர யாரையும்

அடிக்கவே மாட்டேன். அவர்தான் உங்களைப்பத்தி ஏளனமாப் பேசினார். தரக்குறைவாத் திட்டினார்.'

'உங்க ரெண்டு பேர்ல யார் பொய் சொல்றீங்கன்னு தெரியலை. பரமேஸ்வரனை எதாவது திட்டினியா?'

'இல்லவே இல்லை. அவர்தான் என்னையும் உங்களையும் மரியாதைக் குறைவாப் பேசினார். அவருக்கு என்னைக் கண்டா ஆகவே ஆகாது மாமா. பலமுறை நோட் பண்ணிருக்கேன். 'இவனுக்கு எதுக்கு முதலாளி பணத்தைத் தூக்கிக் கொடுக்கறாரு. எனக்கு ஒரு இன்கிரிமெண்ட் கேட்டா மூக்கால அழுவார்'னு, ஒப்பனா என் காது கேக்க பேசிக்கிட்டிருந்தாரு, நான் உள்ள நுழைஞ்சப்ப.'

'சே அந்தாளு அப்படியெல்லாம பேசியிருக்க மாட்டான் மானஸ்தன்.'

'வெளுத்ததெல்லாம் பாலுன்னு நம்பறீங்க மாமா, கவலைப் படாதீங்க மாமா. இந்த ஐயர் போனா எத்தனையோ ஐயருங்க.'

ராகவேந்தர் மறுபடி பரமேஸ்வரனை போனில் கூப்பிட்டார்.

'யோவ், நீ இன்னும் போகலியே?'

'இல்ல முதலாளி, எல்லா பேப்பர்ஸையும் சார்ட் அவுட் பண்ணி கிட்டிருக்கேன்'

'அங்க என்ன மணி இப்ப?'

'ராத்திரி பன்னண்டு.'

'ஒரு காரியம் செய்யும், பாலாவை எப்படியாவது புடிச்சு, என் நம்பர் கொடுத்து பேசச் சொல்லு. வாய்ஸ் மெயில்தான் வருது'

6

பரமேஸ்வரன் உடனே உணர்ந்துகொண்டார்.
'என்ன முதலாளி, மறுபடி அந்த ட்ரபிளா?'

'ஆமா, லண்டன் குளிர்லகூட வேர்த்து ஊத்திச்சு.'

போனதடவை சிங்கப்பூர் புறப்பட்டபோது, விமானத்தில் வியர்த்து ஊற்ற, பயணத்தை ரத்து பண்ணிவிட்டார். என்னென்னவோ டெஸ்ட் எல்லாம் எடுக்கச் சொன்னார் பாலா. லண்டனுக்குப் போய் வந்ததும் ஏற்பாடுகள் செய்யச் சொல்லி யிருந்தார்.

'பழைய ட்ரபிள் அஜீர்ணம்னுதான் தோணுது. ஏரோப்ளேன்ல அகாலமாச் சாப்ட்டது ஒத்துக்கலை' என்றார் ராகவேந்தர்.

'ஸாரி, உங்களுக்கு மனவருத்தம் தந்துட்டேன்.'

'உலகத்தில் எல்லாத்துக்கும் தீர்வு உண்டுன்னு நீங்களே சொல்வீங்களே பரமேஸ்வரன். உயிரை வாங்காதேயும், எனக்கு இருக்கற டென்ஷன் போதும். நீர் இல்லைன்னா, எனக்குக் கை ஒடிஞ் சாப்பல ஆயிரும். மாப்பிள்ளைக் கிறுக்கன் எனக்கு வெடி வெச்சுருவான்.'

பரமேஸ்வரன் கண்களில் கண்ணீர் இயல்பாக உதிர்ந்தது. தேம்பலை அடக்க முடியவில்லை.

'எதுக்கு அழுவறீங்க?'

'என் டாட்டர் போனதும், மஞ்சுதான் என் டாட்டர்னு நெனைச்சுக் கிட்டிருக்கேன் முதலாளி.'

'பாரு பரமேஸ்வரன், நீ என்னை விட முடியாது, நான் உன்னை விடமாட்டேன். இன்னொரு விஷயம், எனக்கு உடம்பு சரி யில்லைங்கறதை யார்கிட்டயும் சொல்ல வேண்டாம். ஜி.டி.ஆர் இஷ்யூ சமயத்தில் எக்கச்சக்கமாயிரும். பாலாகிட்ட மட்டும் சொல்லும்.'

மியூசிக் அகாடமியில் உடி ஆலனின் நாடகம் ஒன்று. தமிழர்கள் இங்கிலீஷ் பேசி நடித்து, நடந்துகொண்டிருந்தது. நாடகத்தின் பெயர் Death. நிறைய சிரிப்பாக வந்தது. அதில் மேடை நடுவே சவம் போலப் படுத்திருந்த ஒருவரை, எங்கேயோ பார்த்தமாதிரி இருந்தது.

எட்டரைக்கு நாடகம் முடிந்து வெளியே வரும்போது, 'வணக்கம் லா' என்று குரல் கேட்க, அழகேசன்!

'எப்படி, நான் நல்லா நடிச்சேனா? பாதிலயே தூங்கிட்டேன். தத்ரூபமா இருந்ததுன்னாங்க. 'உறங்குவது போலும் சாக் காடு'ன்னு வள்ளுவர் சொன்னாப்பல. உடி ஆலனே ஒரு கட் டுரையில் சொல்லியிருக்கார்... death is one of the few things that can be done as easily lying down.'

அழகேசனை அடையாளம் கண்டுகொள்வது கஷ்டமாக இல்லை. நினைவின் அடித்தளத்தில் அந்த முகம், காதில் கடுக்கன் இல்லாமல் படிந்திருந்தது.

'அழகேசன், நீங்க ஜப்பான் போகலை?'

'இல்லைங்க, கழண்டுக்கிட்டேன்.'

'ஏன்?'

'அந்த குரூப்ல சிகரெட் பிடிக்கற ஒரு பொண்ணுக்கு எம்மேல காதாலாயிடுச்சு, கழண்டுக்கிட்டேன்.'

'உங்களை இங்க எதிர்பார்க்கவே இல்லை.'

‘எதிர்பார்ப்பு இல்லையேல் ஏமாற்றம் இல்லை. அழகேசனின் பொன்மொழி. எப்படி இருந்துச்சு டிராமா? உங்க மெசேஜ் கிடைச்சுச்சு. நான் மறுபடி காஃபி ஷாப்பில் சர்வர் வேலை செய்யறதில்லைன்னு எங்கம்மாகிட்ட சத்தியம் பண்ணிக் கொடுத்திருக்கேன். இந்த தியேட்டர் குரூப்ல சேர்ந்திருக்கேன். சில்லறை அதிகம் இல்லை. நல்ல தீனி. நீங்க எப்படி இருக்கீங்க?’ அவனை நேராகப் பார்த்தாள்.

‘என்ன பாக்கறீங்க? பார்த்தா டெலுகு ஆக்டர் மாதிரி இருக்கேன் இல்லை? கடுக்கனைக் கழட்ட நேரம் வரலை.’

‘அழகேசன், உங்களுக்காக நான் எங்க கம்பெனி ஆடிட்டர் பரமேஸ்வரன் மாமாகிட்ட சொல்லி, வேலைக்கு ஏற்பாடு பண்ணிருக்கேன்.’

‘ரொம்ப நன்றி. உங்க கருணை அப்படியே உடம்பெல்லாம் புல்லரிக்குது.’

‘கேலி பண்றீங்க.’

‘இல்லைங்க, நிஜமாகவே புல்லு’ என்று சொறிந்துகொண்டான்.

‘அழகேஷ், நைஸ் ஷோ’ என்று ஒரு பெண் கைகுலுக்கிவிட்டுச் சென்றாள்.

‘மணி எட்டரை இருக்குமா? ரொம்பப் பசிக்குது. உங்ககிட்ட எத்தனை பணம் இருக்கு?’

‘கிரெடிட் கார்ட் இருக்கு, ஏன்?’

‘எங்கிட்ட ஒரு லைப்ரரி கார்டு இருக்கு. சைனீஸ் சாப்பிடப் பத்தாது.’

‘அவ்ளவ்தானே? வாங்க.’

மஞ்சரிக்கு அருகே கார் வந்து நிற்க, அழகேசன் ‘மை காட், இது காரா தேரா! இந்தச் சின்ன வீட்டில் நான் வரலைங்க.’

‘பரவால்லை வாங்க.’

‘இல்லைங்க. இது என்ன காரு?’

‘பி.எம்.டபிள்யு.’

'பி.எம்.டபிள்யுல ஏர்றதில்லைன்னு எங்கம்மாவுக்கு வாக்குக் கொடுத்திருக்கேன். இதுக்கெல்லாம் பழக்கமாயிருச்சுன்னா, அப்புறம் அடுத்தத் தெருவுக்குப் போறதுக்கு கார் கேக்கும். என்னைச் செல்லம் கொடுத்துக் கெடுக்காதீங்க.'

'ஒரு நாளைக்கு வாக்கு மீறலாம். நான் உங்கம்மாவுக்கு போன் போடறேன்' என்றாள்.

'சொர்க்கத்துக்கா?' என்றான்.

சற்றுநேரம் அவனை நிதானமாகப் பார்த்தாள்.

'அப்படிப் பார்க்காதீங்க. காதலா, அஜீர்ணமான்னு கண்டுபிடிக்க முடியலை.'

ஆட்டோவில் சென்றார்கள். கார் அவர்களைப் பின்தொடர்ந்தது.

அவர்கள் அதே ரெஸ்டாரண்டில் நுழைந்ததும், உடனே கவனிக்கப் பட்டார்கள்.

'இந்த இடமும் உங்கப்பாவுதா?'

'இருக்கலாம், எனக்குத் தெரியாது.'

'வாங்க போகலாம், ரொம்ப கவனிக்கறாங்க'

'முருகன் கடைல போய் இட்லி சாப்பிடலாமா?'

'இப்ப சொல்லுங்க...'

அவன் முன் சீட்டில் ஏறிக்கொண்டு, 'தி.நகர் வாணி மஹால் எதுத்தாப்பல போங்க தலைவா' என்றான்.

ரொம்பக் கூட்டமாக இருந்தது. வெளியே நாற்காலி வைத்து உள்ளே பாய்ந்து சென்று, வாழை இலையில் இட்லியுடன் வந்தான்.

'விருதுநகர்ல ஒரு குழிப் பணியாரம் கொடுப்பாங்க பாருங்க, உயிர் வாழ்தலுக்கு அர்த்தம் கெடைக்கும்.'

அவனை நிமிர்ந்து பார்த்து, 'நீங்க ரொம்ப சாப்பாட்டுப் பிரியரா?'

'எல்லாப் பிரியரும். நான் புத்தகப் பிரியன், சினிமாப் பிரியன், ட்ராமா பிரியன், பியர் பிரியன், உங்க பேர் என்ன சொன்னீங்க?'

‘மஞ்சரி.’

‘மஞ்சரிப் பிரியன். மஞ்சரின்னு ஒரு டைஜெஸ்ட் தமிழ்ல உண்டு. மஞ்சரின்னா என்ன அர்த்தம் தெரியுமா?’

‘சொல்லுங்க’ என்றாள்.

‘பல மலர்களின் கதம்பம்தான் மஞ்சரி. பல மலர்கள் கொண்ட மாலை. இப்பல்லாம் அர்த்தம் தெரியாம பேர் வெச்சுர்றாங்க. சவிதான்னு பெண் பேர் வைக்கவே கூடாது.’

‘ஏன்?’

‘சவிதான்னா சூரியன், ஆம்பளை பேரு. இன்னிக்கு நாடகத்தில் நடிச்சதே அந்தப் பொண்ணு ஷிவாங்கி. அர்த்தம் என்ன தெரியுமா? சிவனுடைய அங்கம், அதாவது பார்வதி.’

‘பேர் ஆராய்ச்சி போதுமே.’

‘போர் அடிக்குதா? த்ரிஷாங்கறதுக்கு அர்த்தம் சொல்லுங்க. எங்கிட்ட இருக்கற பத்து ரூபாயைத் தந்துர்றேன்.’

‘வச்சுக்கங்க. எதுக்காக ’டெத்’னு நாடகம் போட்டீங்க?’

‘உடி ஆலன் பத்திக் கேள்விப்பட்டிருப்பீங்களே?’

‘தெரியும், தன்னோட வளர்ப்புப் பெண்ணை...’

‘அந்தாள் செஞ்ச நல்லது எதுவும் ஞாபகம் இருக்காதே?’

‘இருந்தாச் சொல்லுங்க...’

"I don't want to achieve immortality through my work. I want to achieve immortality by living forever' னு சொன்னாரே... என்ன ஒரு அலட்சியம், நகைச்சுவை! எப்பவாவது யோசிச்சுப் பாருங்க.’

பரமேஸ்வரன் பாலாவை கிளீவ்லண்டில் ஆபரேஷனுக்கும் ஸ்க்ரபிங்குக்குமான இடைவேளையில் பிடித்துவிட்டார்.

‘டாக்டர், மாமனார் லண்டன்ல வால்டார்ஃப்ல தங்கியிருக்கார். மறுபடி முன்ன மாதிரி வேர்த்து விட்டதுன்னு சொல்றார். எனக்குக் கவலையா இருக்கு. அவருடைய ரோமிங் நம்பர் கொடுக்கறேன். நீங்க பேசிட்டீங்கன்னா நல்லது.’

பாலா உடனே செயல்பட்டார். லண்டனில் 'கைஸ்' ஆஸ்பத்திரியில் அவரிடம் பயின்ற இளம் டாக்டர் நரேஷ் சந்திராவுக்கு போன் செய்து, அந்த இண்டர்நெட் வைட்பேண்ட் யுகத்தில், ஒரு மணிநேரத்துக்குள் அவருக்கு ஓட்டல் அறையில் போர்ட்டபிள் இ.சி.ஜி எடுக்கப்பட்டு, எக்கோ, எக்ஸ்ரே எல்லாம் எடுக்கப்பட்டு, 'உடனே அவருக்கு ஒரு ஆன்ஜியோகிராம் எடுக்க வேண்டும். தேவைப்பட்டால் உடனே பைபாஸ் செய்ய வேண்டும்' என்றார்கள்.

ராகவேந்தர் பக்கத்தில் யாரும் இல்லாமல் வேற்று தேசத்தில் அந்தச் சிகிச்சையை வலுவாக மறுத்துவிட்டார். அதனால் பாலா அவரை அடுத்த பிளேனில் ஊருக்குத் திரும்பிவிடச் சொன்னார். தான் உடனே புறப்பட்டு வருவதாகச் சொன்னார். பரமேஸ்வரன் மறுபடி ஃபோன் பண்ணும்போது 'ஐயர், அவருடைய ஹார்ட் கால்பாகம்தான் வேலை செய்யுது. திறமையுள்ள சர்ஜன்தான் கையை வைப்பான். ஆர்ட்டரியெல்லாம் எண்பது, தொண்ணூறு சதவிகிதம் அடைச்சுக் கிடக்கு. அவர் அடுத்த பிளேனில் புறப்பட்டு வரார். நீங்க மினர்வா ஆஸ்பத்திரிக்கே நேர அழைச்சுட்டுப் போயிருங்க. அங்க இருக்கற சீஃப் சர்ஜன்கூட கான்ஃபரன்ஸ் கால் போட்டுப் பேசிடறேன்.' ராகவேந்தர் புறப்பட்ட மூன்றாவது தினமே திரும்பி வரவேண்டியதாயிற்று. விமான நிலையத்தில், அவரை வீல்சேரில் அரை மயக்க நிலையில் அழைத்துச் செல்வதை ஒரு நிருபர் பார்த்து பரமேஸ்வரனிடம் 'இவர்' தொழிலதிபர் ராகவேந்தர்தானே?' என்றார்.

'இல்லை அவர் அண்ணன்' என்றார்.

'அவருக்கு அண்ணன் கிடையாதே'

'அப்படின்னு நீங்க நினைச்சுக்கிட்டிருக்கீங்க.'

அந்த நிருபர் அந்த செய்தியை விடப் போவதில்லை.

நாகரத்தினத்துக்கு போன் செய்தார்.

உள்ளம் துறந்தவன் ♦ 45

7

ராகவேந்தர் சென்னை வந்தடைவதன்முன் நிகழ்ந்த சம்பவங்கள் இவை. அவருக்குப் புதுசாக அந்த பயம் வந்தது. இதுவரை இல்லாத பயம். மரண பயம்! லண்டனின் வசதி படைத்த ஓட்டலில், வி.ஐ.பிகளுக்கான ஏறத்தாழ ஒரு சிறிய வீடுபோல வரவேற்பறை, படுக்கையறை, குளியலறை, உண வறை எல்லா வசதிகளும் படைத்து, கண்ணாடிக்கு வெளியே தேம்ஸ் நதியும் பிக் பென்னும் தெரிய, அனைவரும் மேலுதட்டில் அலங்கார இங்கிலீஷ் பேசிக்கொண்டு, உலக ராஜாக்களும் ஜனாதிபதி களும் தங்கும் அந்த பிரம்மாண்டமான ஓட்டல் அறையின் சௌகரியங்களையும், உலகத்தின் அத்தனை பிசினஸ் செய்தித்தாள்களையும், பத்திரி கைகளையும் பலவிதப் பழங்களையும் மலர்களை யும், சாக்லேட்டுகளையும் தின்பண்டங்களையும் கவனிக்க முடியாமல், பயம் அவரை கப்பிய இருள்போல சூழ்ந்துகொண்டிருந்தது. 'நான் இந்த தேசத்தை விட்டு உயிருடன் புறப்படப்போவ தில்லை!'

'நான் சாக விரும்பவில்லை. எத்தனையோ காரியங் கள் பாக்கி இருக்கின்றன. எத்தனையோ சாதனை கள், பட்டப்பெயர்கள் காத்திருக்கின்றன. ராஜ்ய சபா மெம்பர் ஆக்கப் போகிறார்கள். எனக்கு பத்மபூஷண் கொடுக்கப் போகிறார்கள். என்னைப்

போல் சின்ன வயசில் ஏழையாக இருந்த மாணவர்களுக்கான ஒரு மிகப் பெரிய ஸ்காலர்ஷிப் திட்டமும், அங்கஹீனர்களுக்கான ஒரு பள்ளியும் தொடங்கவேண்டும். கம்பெனி விவகாரங்களை ஒழுங்குபடுத்தவேண்டும்.

'இதெல்லாம் சாத்தியமாவதற்குள் செத்துவிடுவேனா? அப்படி சாவதாக இருந்தால், இந்தியாவில்தான் சாக விரும்புகிறேன். சென்னையில் என் வீட்டில் என் படுக்கையறையின் ஜன்னல்களைத் திறந்துகொண்டு நல்ல சங்கீதம் கேட்டுக்கொண்டு... எனக்கு என் பெண்களைப் பார்க்கவேண்டும். மனைவி அருகில் வேண்டும். முக்கியமாக மஞ்சரியை என் கைப்பிடித்து உள்ளங் கைக்குள் கதகதப்பாக பத்திரமாக வைத்துக்கொள்ள வேண்டும். சூடாக்க வேண்டும். அவளைப் பார்த்துக்கொண்டேதான் சாகவேண்டும். இந்த லண்டன் குளிரில் புறப்பட்டுவிடாதே, உசிரே, இரு இரு. எதற்காக நான் பயப்படவேண்டும்? உலகிலேயே உத்தம சிகிச்சை எனக்குக் கிடைக்கும். இதோ பாலாவின் போன் வரும். சிறந்த டாக்டர்களை வரவழைத்து சுவஸ்தம் பெறலாம். என்ன, இந்தச் சின்னக் கையளவு இதயம்தானே மக்கர் செய்கிறது? மூத்த மாப்பிள்ளை பாலா ரிப்பேர் பண்ணிவிடுவார். கலங்காதே, அவ்வளவு எளிதில் துறக்க விரும்பவில்லை.'

அறையின் அழைப்பு மணி சன்னமாக ஒலிக்க 'கமின்' என்றார். 'ஹலோ ஐம் டாக்டர் ஜான்சன். டாக்டர் பாலா கால்ட் மி. வாட் ஸீம்ஸ் டு பி தி ப்ராப்ளம்?'

இ.சி.ஜி எடுத்தபோது இதயத்தில் மிக சமீபத்தில் ஒரு தாக்கம் தாக்கியிருக்கிறது என்பது தெளிவாகத் தெரிந்தது.

பாலாவிடம் ஓட்டல் அறையிலிருந்து தாழ்ந்த குரலில் பேசினார். பாலாவும் இந்தியாவில் கார்டியாலஜிஸ்டுடன் பேசினார்.

அதன் பின் போனை ராகவேந்தர் கையில் கொடுத்தார்கள்.

'மாமா, நான் பாலா பேசறேன், டாக்டர் ஜான்சன் உங்களைப் பாத்தாரே, அவர் ரொம்பப் பெரிய டாக்டர் லண்டன்ல. அவர் உடனே உங்களுக்கு ஒரு ஆன்ஜியோகிராம் எடுப்பார். உங்க இதயம் கால்பாகம்தான் வேலை செய்யுது. உடனே உங்களுக்கு ஒரு ஆன்ஜியோப்ளாஸ்டி பண்ணணுமா, இல்லை எமர்ஜன்சியா

உள்ளம் துறந்தவன் ♦ 47

பைபாஸ் பண்ணணுமான்னு தீர்மானிப்பாங்க.' அவர் மெல்லப் பேசினார்.

'பாலா, என்னவா இருந்தாலும் லண்டன்ல வேண்டாம்.'

'மாமா நான் சொல்றதைக் கேளுங்க மாமா, இது ஒரு எமர்ஜென்சி.'

'என்னவா இருந்தாலும், சென்னைல போய்த்தான். இப்ப சரியாயிருச்சு, வலி இல்லை. பரமேஸ்வரன் ப்ரைவேட் ஜெட் ஏற்பாடு செய்வார். என்னை சொகுசா அழைச்சுகிட்டுப் போக ஏற்பாடு செய்வாங்க. எனக்கு இங்க எதும் ஆபரேஷன் வேண்டாம்.'

'ஆபரேஷன இல்லை மாமா. எக்ஸ்ரே படம் பிடிக்கிறாப்பல...'

'என்ன புண்ணாக்கா இருந்தாலும் சென்னைலதான். சென்னைல தான். பரமேஸ்வரன்கூடப் பேசிரு.'

'என்ன மாமா, இப்படிப் பிடிவாதம் பிடிக்கிறீங்க.'

பாலா அடுத்த பதினைந்து நிமிஷத்தில் பரமேஸ்வரனிடம் பேசினார்.

'அவரை உடனே சென்னைக்குக் கொண்டுவர ஏற்பாடு செய்துர் றேன். ஒரே ஒரு ரிக்வெஸ்ட் டாக்டர்.'

'என்ன?'

'சாருக்கு உடம்பு சரியில்லாததை யார்கிட்டயும் சொல்ல வேண்டாம். அதுவும் உங்க ஷட்டர்கர்கிட்ட.'

'ஷட்டர்கர்னா?'

'சின்ன மாப்பிள்ளை, நாகரத்தினம்.'

'ஏன்?'

'நீங்க இண்டியா வர்றபோது விவரமா சொல்றேன். நீங்க எப்ப வரீங்க?'

'கிடைச்ச ப்ளேனைப் பிடிச்சுக்கிட்டு வரவேண்டியதுதான்.'

'டாக்டர் உங்களை ஒண்ணு கேக்கலாமா?'

'எல்லாம் ஆன்ஜியோகிராம் எடுத்தப்புறம்தான் சொல்லமுடியும். எவ்வளவு, எந்த எந்த ரத்தக்குழாய் அடைச்சிருக்குன்னு. அவர் ஸ்மோக்கிங்கை நிறுத்தவே இல்லையா?'

இந்த அமர்க்களம் எதுவும் மஞ்சரிக்குத் தெரியாது. மாலை அழகேசனுடன் சாப்பிட்டுவிட்டு வெளியே வந்ததும், அழகேசன் 'தாங்க்ஸ்ங்க, ஒரு நாள் இல்லாட்டா ஒரு நாள், உங்களுக்கு நான் வாங்கித்தர்ற காலம் வரும். காத்திருப்போம்.'

'எங்க போறீங்க, உங்களை வீட்டில ட்ராப் பண்ணட்டுமா?'

'வீடா? எனக்கா?'

'பின்ன ஆஸ்டல்ல தங்கறீங்களா?'

'ஒரு மாதிரி சின்ன ரூமுங்க. ஒருத்தர் படுத்துக்கற மாதிரி. பரவால்லைங்க, திருவான்மியூர் பஸ் நிலையத்தில் ட்ராப் பண்ணிருங்க. நான் திருப்போரூர் பஸ் அல்லது வேன் பிடிச்சுப் போய்க்கறேன்.'

'திருப்போரூர்ல இருக்கீங்களா?'

'இல்லைங்க, இடையில் ஓல்டு மகாபலிபுரம் ரோடில.'

அவனை பஸ் டிப்போவில் இறக்கிவிட்டபோது, 'உங்களிட மிருந்து விடைபெறுமுன் ஒரு ஹைக்கூ...

கோடை காலத்தில்
குதிரை மணலில் இறங்கி
ஆற்றைக் கடக்கிறது'

'அய்யோ அறுக்கறீங்களே! குதிரை எப்படிக் கடந்தா எனக்கு என்னங்க?'

'இந்த ஹைக்கூவுக்கு எத்தனையோ அர்த்தம்ங்க.'

'வேண்டாங்க, ராத்திரி வேளையில ஹைக்கூ கேட்டா எனக்கு ஒத்தைத் தலைவலி வந்துரும்'.

'ஒத்தைத் தலைவலிக்கு சித்தரத்தை நல்லது. விடை பெறுகிறேன் உங்கள் லகு.'

'லகுவா?'

'புனைப் பெயருங்க... விகடன் பவளவிழாவில் ஒரு குட்டிக் கவிதைகூட எம்பேர்ல வந்திருக்குங்க.'

'நைஸ்.'

'ப்ரைஸ்தான் கிடைக்கலை. ஒரு நாளில்லை ஒருநாள், தமிழ் நாட்டில் லகுங்கற பேரை போஸ்டர் ஒட்டிக் கொண்டாடுவாங்க. பாத்துக்கிட்டே இருங்க.'

அவள் சிரித்தாள். கார் புறப்பட்டு சற்று தூரம் போனதும் தலை தெறிக்க ஓடி வந்தான். ஓரிரண்டு வாகனங்கள் கிறீச்சிட்டு, 'டே சாவு கிராக்கி' என்று திட்டின.

'தலைவா, நிறுத்துங்க...'

'என்னங்க, சாவி கீவி மறந்துட்டீங்களா?'

'சொல்ல மறந்துட்டேங்க'

'என்ன?'

'உங்களுக்கு இந்த டிரஸ் நல்லாருக்கு!'

ஜன்னல் வழியாக, அவனுடைய கலைந்த தலைமயிரை மேலும் கலைத்தாள்.

8

விமான நிலையத்தில் இறங்கினவுடன் ராகவேந் தரை வீல்சேரில் வைத்து ஆஸ்பத்திரிக்கு அழைத்துச் செல்வதாகத்தான் பரமேஸ்வரன் ஏற்பாடு செய் திருந்தார். ஆனால் இமிக்ரேஷனை விட்டு வெளியே வரும்போதே, பலர் அவரை அடையாளம் கண்டு கொண்டு 'வணக்கம்' என்று சொல்லிவிட்டு ' என்ன ராகவேந்தர், உடம்பு சரியில்லையா? நீங்க வீல் சேர்ல உக்காந்துட்டா, இண்டியன் எகனாமி என்ன ஆறது?' என்று கேட்டதில், ராகவேந்தர் சக்கர நாற்காலியிலிருந்து எழுந்து 'எனக்கு ஒண்ணும் இல்லை' என்று நடக்க ஆரம்பித்தார். பரமேஸ்வரன் பதறிப்போய், 'நீங்க நடக்கக்கூடாதுன்னு பாலா ஸ்ட்ரிக்டா சொல்லியிருக்கார். இப்படி நடமாட லாமா, தப்பில்லையா?' என்றார், பயபக்தியுடன் கவலையுடன்.

'அவன் கிடக்கான், சும்மா இந்த டெஸ்ட்டு அந்த டெஸ்டுன்னு தொடையெல்லாம் ஊசி குத்தி நெறி கட்டிப்போய், உயிரை வாங்கிட்டான். நீ ஏதும் ஊரைக் கூட்டாதே!'

'இல்லை ஆனா...'

'எனக்கு எல்லாம் சரியாப் போச்சு. நாக்குக்கு கீழ அடக்கிக்க மாத்திரை கொடுத்தாங்க லண்டன்ல. அதைச் சாப்பிட்டதுமே நெஞ்சு வலி குறைஞ்சுடுத்து.

லேசா தலை வலிச்சது, பேசாம ப்ளேன்ல படுத்துட்டேன். லைட்டாத்தான் சாப்ட்டேன். சென்னையைப் பார்த்ததுமே தெம்பு வந்துருச்சு. நேரா ஆபீஸ் போப்பா, ஒரு எமர்ஜென்ஸி மீட்டிங் போடணும். சி.எஃப்.ஓ வரலியா?'

'சி.எஃப்.ஓ லண்டன்லதான் இருக்கார்.'

'நல்ல வேளை, ஜி.டி.ஆர் தள்ளிப் போயிருச்சு. டெம்பிள் டன்லயே சொல்லிட்டான், இது சரியான சமயம் இல்லைன்னு.'

'அப்ப ஆஸ்பத்திரிக்குப் போகவேண்டாமா?'

'எனக்கு தேவலை ஆயிருச்சு பரமேஸ்வரன். ஆஸ்பத்திரிக்குப் போனா, அதும் வீல்சேர்ல போனா, ஸ்டாக் விழுந்துரும்யா! கோயம்புத்தூர்க்காரனை என்ன பண்ணே? புண்ணாக்கு, ப்ர போஸலை அனுப்பலையே?'

'அனுப்பிச்சிருக்கார் முதலாளி. நீங்க தர்மம் கொடுக்கறதா இருந்தா, இலவசமாக் கொடுக்கறதா இருந்தா ரெண்டு கோடி யோட போயிரும். ஃபாக்டரி வச்சு, சம்பாதிச்சு ஆகணும்னு அவருக்குக் கட்டாயமில்லை. நீங்க சொல்லிப் பாருங்க, நான் சொன்னா அடிச்சுர்றார்.'

'வெரி ஸாரி'

'நீங்க எதுக்கு ஸாரி சொல்லணும். அவர் சுபாவம் தெரிஞ்சது தானே?'

'எங்க இந்த மஞ்சரிக்குட்டி?'

'மஞ்சரிக்குக்கூட நீங்க திரும்பி வர்றது தெரியாது. யாருக்கும் சொல்லலை.'

'சொல்லியிருக்கலாமே, என்னை இந்த உலகத்தில் நேசிக்கிற ஒரே ஒரு ஆத்மா.'

'ஏன் நான் இல்லையா?' என்றார்.

'உன்னை நம்பறதுக்கில்லை, உன் மனசைக் கலைச்சுருவான் நாகரத்தினம்.' செல்போனை வாங்கி மஞ்சரியை ஒத்தியதில் அவள் போனை அணைத்திருந்தது தெரிந்தது. அதே நேரத்தில்

மற்றொரு டெலிபோனில் ஏர்போர்ட்டிலிருந்து கோவைக்குச் செய்தி போனது.

‘நாகரத்தினம் சார், நான் ‘தினத்தூதன்’லேருந்து மீனம்பாக்கம் குருவி ரமேஷ் பேசறேன். உங்க மாமனாரை ஏர்போர்ட்ல வச்சுப் பார்த்தேன்.’

‘அவர் லண்டன்லன்னா இருக்காரு? என்ன குருவி, மத்யான வேளையலயே போட ஆரம்பிச்சிட்டயா?’

‘இல்லைங்க. அவரைதான் வீல்சேர்ல வெச்சுக் கொண்டு வந்தாங்க. பரமேஸ்வரனையும் பார்த்தேன், உங்களுக்குத் தெரியாது?’

‘இப்ப தெரிஞ்சுருச்சு, போனை வையி.’

மஞ்சரி ஆழ்வார்பேட்டையில் டி.டி.கே சாலையில் புதிதாக முளைத்திருந்த பல சென்டர்களில் ஒன்றில் Life after death என்ற ஒரு என்.ஜி.ஓ கூட்டத்தில் முன் நாற்காலி வரிசையில் உட்கார்ந் திருந்தாள். மற்ற நாற்காலிகள் அங்கொன்றும் இங்கொன்று மாகத்தான் நிரம்பியிருந்தன. அழகேசன் சோடியம் அருகில் பேசிக்கொண்டிருந்தான். அவன் முகத்தில் படிப்பு விளக்கு வெளிச்சம் அடித்தது. மஞ்சரி அவன் சொன்னதில் கவனம் இல்லாமல், அங்க அசைவுகளை ஒரு மகா ரசிகையாகப் பார்த்துக் கொண்டிருந்தாள். கையசைவுகள், கண் சிமிட்டல்கள், இயற்கையான சிக்கனமான புன்னகை, காது மடல் (இஷ்டப்படி காதை ஆட்டறியே, போன ஜன்மத்தில் நீ நாயா?) கறுப்புக்கேசம், திறந்த சட்டைக்குள் தெரிந்த கறுப்புக் கயிறு, மணிக்கட்டை இறுக்கிய லேடீஸ் வாட்ச் (அவள் கொடுத்தது).

‘டோட்டல் பராஸ்தெசிஸ்ம்பாங்க, நம் உடம்பில் இருக்கற ஒவ்வொரு அங்கத்தையும் இறந்த பிற்பாடு ஹார்வெஸ்ட் பண்ணலாம். கார்னியாங்கற கண் மேல்திப்பி, இருதயம், ரெண்டு கிட்னி, லிவர். ஒரு ஆளாத்தான் சாகறோம். பல ஆளா உயிர் வாழலாம். யாருமே சாகறதில்லை. கீதைகூட அதைத்தான் சொல்லுது. (எங்கே கேட்டேன் இதை?) நீங்க செய்ய வேண்டிய தெல்லாம், எங்க ஆர்கனைசேஷன்ல ஒரு ஃபாரம் கொடுப்பாங்க, அதில் கையெழுத்துப் போட்டுத் தரணும். அவ்வளவுதான். உங்க அங்கங்கள் அனைத்தையும் அறுவடை செய்யச் சம்மதிக்கணும்.’

'ஒன் மினிட்' என்று மூன்றாவது வரிசையிலிருந்து எழுந்து கண்ணாடியைக் கழற்றிவிட்டு ஒருவர் கேட்டார், 'நம் இந்து நம்பிக்கைகளின் படி...'

'கருட புராணம் வைதரணி நதிக்கரை, அதைத்தானே சொல்றீங்க. தெரியும்ங்க. நம் இந்து நம்பிக்கைப்படி உடல் ஒரு சட்டைங்க. ஆத்மாதான் அழிவில்லாதது. பிரியறது. உடல் அழிஞ்சுர்றது. அப்படி அழியப்போறதைத்தான், எரியப்போறதைத்தான் குறைச்சு எரிங்கன்னு சொல்றோம்.'

மற்றொருவர் எழுந்து, 'இருதயத்தை எப்படி மாற்ற முடியும்? இருதயம் நின்னப்புறம்தானே சட்டப்படி சாவு?'

'இல்லைங்க, சில மாநிலங்களில் அப்படி இல்லை. ப்ரெய்ன் ஸ்டெம் டெத்னு இருக்குது. விபத்தில் மூளையின் அடிப் பாகத்தில் அடிபட்டு, நினைவு திரும்பவே முடியாத கோமாவில் போய்டறவங்களுடைய இதயத்தை, சுத்துப்பட்டவங்க சம்மதத்தோட தானம் கொடுக்கலாம். சமீபத்தில் ஐதராபாத்தில் வெங்கடேஷ்னு ஒரு பையன் கேஸ் படிச்சிருப்பீங்க.'

'என்ன சொல்ல வர்றீங்க?'

'லஞ்ச் இஸ் ரெடி' என்றாள் ஒரு பெண்மணி.

'இறுதியா அவர் சொல்றது, நீங்க யாரும் சாகப் போறதில்லை. அப்படி ஏதாவது விபத்து ஏற்பட்டா, உங்களுடைய அங்கங்களை தானம் கொடுக்க இப்பவே சம்மதிக்கிறீங்க. கமல்கூட கையெழுத்து போட்டிருக்கார்.'

கூட்டம் முடிந்தபின், அந்த ஹாலை ஒட்டிய பகுதியில் உணவு வகைகள் நிறைய வைக்கப்பட்டிருந்தன. 'நல்லா சாப்பிடு. நிறையக் கூட்டத்தை எதிர்பார்த்தோம். பத்து பர்சன்ட்கூட வரலை. வாஷ் அவுட்'

'உனக்கு ஏன் இந்தப் பொல்லாப்பெல்லாம்? உயிரோட இருந்தா என்ன, செத்து சுண்ணாம்பா ஆனா என்ன உனக்கு?' என்றாள் மஞ்சரி.

'யூ ஆர் ரைட், எல்லாரும் தயங்கறாங்க. கண்ணை நோண்டிட்டா சொர்க்கத்துக்குப் போற வழி தெரியாமப் போயிருச்சுன்னா,

என்ன ஆவுறதுன்னு கேக்கறார் மாமா. உனக்கு மறுபிறவில நம்பிக்கை உண்டா மஞ்சள்?'

'மறுபிறவி இதேபேர்ல, இதே ஊர்ல பிறக்கறதா இருந்தாத்தான் அது மறுபிறவி. இல்லன்னா அது வேற பிறவி.'

'வெல் செட்! 'மஞ்சள் அறை மர்மம்'னு ஆரணி குப்புசாமி முதலியார் ஒரு நாவல் எழுதியிருக்காராம்... எல்.எல்.ஏ.ல ஒரு கூட்டத்தில் சொன்னாங்க. இல்லை ஜே. ஆர் ரங்கராஜுவா?'

'ஏதாவது ஒரு சப்ஜெக்ட் ஒரு சமயத்திலன்னு எத்தனை தடவை சொல்லிருக்கேன்?'

'ஸாரி ஸ்கேட்டர் ப்ரெய்ன்' என்று பின்மண்டையில் தட்டிக் கொண்டான் அவன்.

கண்கள் அலைந்தன. 'இந்த மாதிரி பொண்ணுங்க எல்லாம் நம்ம வட்டத்துக்குள்ள வரமாட்டேங்குதே, வளையல் வாங்கத்தானே போறாங்க!'

'எத்தனை பேர் கையெழுத்து போட்டாங்க?'

'நானு, ஒரு எழுபத்தெட்டு வயசு மாமி, அவ்வளவுதான். அதிக அறுவடை பண்ண முடியாது.'

'நானும் ஒண்ணு போடவா?'

'போடு. உனக்கெல்லாம் சாவே கிடையாது. நான் போனா எமர் ஜென்சியில யாரை காண்டாக்ட் பண்ணணும்னு உன் பேரைத் தான் கொடுத்திருக்கேன்.'

'ரிலேஷன்ஷிப்?'

'ஒய்ஃப்' என்றான். 'சும்மா போட்டு வைக்கலாமே.'

'உதை. எங்கப்பா கேட்டா பின்னிடுவார். நான் யார் மக தெரியுமா? அமெரிக்காவில ஒரு மாப்பிள்ளை காத்திருக்கான். பேரு விஜி. கோயமுத்தூர்ல ஒருத்தன் காத்திருக்கான். பேரு சரவணன். அவங்க ரெண்டு பேரையும் கத்திச் சண்டைல ஜெயிச்சாகணும் நீ.'

'தேவையில்ல. நமக்கு போன ஜன்மத்திலேயே கல்யாணம் ஆயிருச்சு. நீ துறையூர் ஜமீன்லயும் நான் மருங்காபுரி ஜமீன்லயும்

பிறந்தோம். எங்க வீட்டுக்காரங்க கல்யாணம் பேசிக்கிட்டு வந்தாங்க. ஒடிசலா, சாவாடு செத்தாப்பல இருந்தே. கண்ணு மட்டும் இப்ப இருக்கே அதே கண்ணு. இந்தப் பெண்ணு வேணாம்னுட்டு அழுது அடம்பிடிச்சேன்.'

அவன் மேல் அந்த கான்ஃபரன்ஸ் அட்டையால் ஒரு நெத்து நெத்தினாள். 'சீரியஸாச் சொல்லு, உங்கப்பா அம்மா யாரு?'

'யாயும் ஞாயும் யாராகியரோ!'

'சொல்ல வேண்டாம்னா சரி.'

'அப்பாவை ஞாபகம் இல்லை. அம்மாவை நீ மீட் பண்ணத்தான் போறே.'

'எங்கே?'

'ஒரு வீராணம் குழாய்ல.'

அப்போதுதான் ராகவேந்தரின் போன் வந்தது.

'மஞ்சு, அண்யா...'

'சோட்டு! லண்டன்லருந்தா?'

'இல்ல கத்திப்பாரா ஜங்ஷன்லருந்து!'

'புரியலை.'

'உன்னைப் பார்க்கத் திரும்பி வந்துட்டேன்'

'கிரேட், வேலையெல்லாம் முடிஞ்சுதா?'

'அதுக்குள்ள நான் முடிஞ்சுருவேன்னு மாப்ளை பயங் காட்டினார். ஓடியாந்துட்டேன். உன்னைப் பாக்காம சாவறதா இல்லை.'

'அண்யா, என்ன சொல்றீங்க? உடம்பு சரியில்லையா?' என்று சிணுங்கினாள்.

'உன்னை ஒரு முறை பாத்தா எல்லா உடம்பும் சரியாய்ரும். நேரா ஆபிஸுக்கு வந்துரு. எங்க இருக்கே?'

மஞ்சரி செல்போனை மடக்கி வைத்தாள். 'புறப்படணும், அண்யா வந்துட்டாரு.'

‘லண்டன்ல இருக்கறதாச் சொன்னியே?’

‘திரும்ப வந்துட்டார்.’

‘நல்லதாப்போச்சு, வா அவரைச் சந்திச்சுரலாம். ‘நான் உங்க மகளிடம் உள்ளம் துறந்தவன்’னு சொல்லிர்றேன்.’

‘செருப்பு!’

‘செருப்பு எறிஞ்சாலும் மாமாவை சந்திச்சுத்தானே ஆகணும்? பாரேன், என் கைல அவரை மூணு நிமிஷம் பேசவிடு. அப்படியே என்னுடைய எல்லா பல்லையும் ஆன் பண்ணிடுவேன். உருகிப் போய் அவரே எங்கம்மாகிட்ட வந்து, எப்படி இப்படி ஜெம்மா ஒரு பிள்ளையை வளத்து வச்சிருக்கீங்க. அமெரிக்காவாவது, கோயமுத்தூராவது, இந்தாங்க, இதைப் பிடிங்கன்னு கைல கொடுப்பார்’

‘அட்சதையையா?’

‘உன் கையை.’

டி.டி.கே ரோடின் அத்தனை ட்ராபிக் மத்தியில் ஒரு குட்டி நாய் குறுக்கே கடந்து செல்ல, கார்கள் சீறி ‘ஏய் நாயே’ என்று அதட்டின. அது கவலைப்படவில்லை.

‘அந்த நாய்க்குட்டி மாதிரிதான் நீ.’

‘ஏன், அதுக்குள்ள சான்ஸ்கூட எனக்கு இல்லைங்கறியா?’

‘எங்கப்பாவை உனக்குத் தெரியாது.’

9

'எங்கப்பாவை உனக்கு முழுசாத் தெரியாது.'

அழகேசன் 'தெரிஞ்சுக்கறேனே....' என்றான்.

'எனக்கே முழுசாத் தெரியாது!'

'தெரிஞ்சவரைக்கும் நல்லவர்தானே?'

'ம்...'

'போதுமே.'

'அவருடைய மறுபக்கத்தை இதுவரை சோதிச்சுப் பார்க்கலை நான். இப்பத்தான் ஊர்லருந்து வந்திருக்கார். உடம்பு சரியில்லைன்னாரு. இது தக்க சமயம் இல்லை. நானே உன்னைக் கூட்டிட்டுப்போய் அறிமுகப்படுத்தறேன்'

'குல்ஃபி சாப்பிடலாமா?'

'இந்த வேளையிலா, பைத்தியம்!'

'நெவர் பி ப்ரெடிக்டபிள். கல்யாணம் ஆனப்புறமும் மூக்கு குத்திக்கிட்டுத்தான் இருப்பியா?'

'யார் கல்யாணம்?'

'ப்ரிட்னி ஸ்பியர்ஸ் பத்தியா பேசிக்கிட்டிருக்கேன்? நம்ம கல்யாணம்தான். ஒரு ஹாட் ஏர் பலூன்ல

முந்நூறு மீட்டர் மேலே போய் அழகேசன் வெட்ஸ் நந்தினின்னு.'

'நந்தினியா?'

'ஓ ஸாரி, நீ மஞ்சரி இல்லையா... நந்தினி 'பொன்னியின் செல்வன்'லன்னா வரா. இப்பத்தான் புக் ஃபேர்ல வாங்கி வந்து வீராணம் ஏரி வரைக்கும் வந்திருக்கேன். அதைவிட்டே இன்னும் வந்தியத்தேவன் குதிரை கிளம்பல.'

'அழகி, நீ பேசறது பாதி உளறல், மீதி அபத்தம்.'

'என்னை நேரா கண்ணுக்குக் கண் பாரு!'

'ஏன்?'

'பாரேன், சீக்கிரம் பாரு!' அவளைத் தோளைப் பிடித்து நிறுத்தி அவளுக்கு அப்பால் பார்த்தான்.

அவர்கள் நடந்து சென்றுகொண்டிருந்தது டி.டி.கே சாலையின் சங்கரா ஹால் அருகே. அங்கே பூம்புகாரின் தெய்வச்சிலைகள் சேல் போட்டிருந்தார்கள். ஒரு பெரிய நடராஜர் சிலையை விலை கேட்டான்.

'ஒரு லட்சம் ரூபாய்ங்க' என்றார் அந்த அரசு அலுவலர்.

'கிரெடிட் கார்டு எடுத்துப்பீங்களா?'

'கேட்டுச் சொல்றேன், எந்த கார்ட்?'

'இன்னும் கிரெடிட் கார்டு எடுக்கலை. மஞ்சரி, கொஞ்சம் நில்லு' என்றான். அவர்களுக்கு எதிரே ஒருவன் இருவரையும் செல் போனில் படம் பிடித்துக்கொண்டிருந்தான்

அவனருகில் சென்று அவன் கன்னத்தில் தட்டி, 'பிரதர், செல்லை கொடுக்கறீங்களா?' என்றான்.

அவன் நழுவ, அவனை மூர்க்கத்தனமாகத் தடுத்து நிறுத்தி 'குடுரா சோமாரி, எச்சப் பொறுக்கி' என்று அதட்டி அவன் செல் போனைப் பிடுங்கி பின் மூடியை உதிர்த்து, அதன் சிம் கார்டை எடுத்துக் கீழே போட்டு 'பொறுக்கிக்க' என, அவன் 'சாரி ப்ரதர்' என்று வேகமாக விலகிக்கொண்டான்.

உள்ளம் துறந்தவன் ♦ 59

‘அப்பலேந்து பார்க்கறேன், பின்னாலயே வந்துகிட்டிருக்கான். செல்போனைக் காட்டிக் காட்டி போட்டோ எடுத்துகிட்டே இருக்கான்.’

‘புரியவில்லை. யாரு இவன்?’

‘உனக்குத்தான் தெரியணும். உங்க அப்பா சாம்ராஜ்ஜியத்தைச் சேர்ந்தவங்களா இருக்கலாம்.’

‘சேச்சே!’

‘ஆபீஸ்ல விசாரிச்சுப் பாரு. என்னை போட்டோ எடுக்கக் காரணம் கிடையாது. ஐ எம் எ நோபடி. உன்னைப் பாக்கற தாலயும் பேசறதாலயும் சிரச்சேதம் பண்றதா இருந்தா, தீட்டின கத்தியாப் பயன்படுத்தச் சொல்லு.’

‘அழகி, டோண்ட் பி சில்லி. என்ன நீ!’

‘உங்கப்பாவைச் சந்திக்க கூட்டிட்டுப் போ பின்ன!’

‘சீக்ரமேப்பா.’

‘இப்ப?’

‘இப்ப அவருக்கு உடம்பு சரியில்லைன்னேனே?’

‘அவரு மூக்கு சிந்தினாலே ஸ்டாக்கு விழுந்துருமாம். ‘வணிக மணி’ல போட்டிருந்தது.’

‘எனக்கு அதெல்லாம் புரியாது அழகி.’

‘புரிஞ்சுக்கணும், எக்ஸிஸ்டென்ஷியலிசத்திலிருந்து ஏ.ஆர் ரஹ்மான் வரை! வரட்டுமா, எனக்கு ரிச்சி ஸ்ட்ரீட்ல ஒரு வேலை இருக்கு. ஒரு எம்பெக் ப்ளேயர் வாங்கணும்.’ அவன் போனதும், அந்த செல்போன் ஆசாமி மற்றொரு செல்போனில் படம் எடுத்துக்கொண்டிருப்பதைப் பார்த்தாள். அவனருகில் செல்ல, ஆட்டோ பிடித்து ஓடிச் சென்றுவிட்டான். கடக்கிறபோது மஞ்சரியைப் பார்த்துச் சிரித்துவிட்டுப் போனான்.

மஞ்சரி ஆபீசுக்குச் சென்றபோது ராகவேந்தர் மீட்டிங்கில் சத்தம் போட்டுக்கொண்டிருந்தார். பரமேஸ்வரன் அவளைத் தன் கேபினுக்கு அழைத்தார்.

‘மஞ்சும்மா, உங்கிட்ட ஒண்ணு சொல்லணும். யார்ட்டயும் சொல்ல மாட்டியே?’

‘மாமா, நான் உங்ககிட்ட ஒண்ணு சொல்லணும்.’

‘அழகேசன்?’

‘எப்படித் தெரிஞ்சது?’

‘எனக்கு எல்லா ரிப்போர்ட்டும் வந்துரும்மா, ஐடிஏலருந்து.’ அவர் மேசைமேலிருந்த கம்ப்யூட்டரில் படக் படக் என்று நான்கு இடத்தில் க்ளிக்க, அழகேசனும் மஞ்சரியும் டி.டி.கே ரோடில் நின்றார்கள். ‘ஓ இதுதான் காரணமா? நான், அண்யாகிட்ட போட்டுக் கொடுக்கறேன், வாங்க!’

‘அவர்தான் ஏற்பாடு பண்ணது. உன்னை மட்டும் இல்லை, எல்லா ஃபேமலி மெம்பர்சையும். இது ஒரு ரொட்டீன் செக்.’

பரமேஸ்வரனின் சிறிய கேபினில் எல்லாக் கடவுள்களும் மினியேச்சர் வடிவத்தில் இருந்தனர். அவர் கொண்டுவந்திருந்த எலுமிச்சை சாதத்தை மஞ்சரி ஒரு ஸ்பூன் எடுத்துக்கொண்டு ‘அழகேசனைப் பத்தி அண்யாகிட்ட நீங்கதான் சொல்லணும் மாமா’ என்றாள் திரையைப் பார்த்துக்கொண்டு.

‘இப்ப சொல்லக்கூடாது.’

‘ஏன்?’

‘பெரியவருக்கு லண்டன்ல உடம்பு மோசமாயிருக்கு. அவருக்கு முழுசா ஒரு ஹார்ட் அட்டாக் வந்துருக்கு. பாலா ரொம்ப ஜாக்கிரதையா இருக்கச் சொன்னார். பாலாவே புறப்பட்டு வர்றார். இந்த நிலைமையில் இவர் பெரிய ஆபீஸ் மீட்டிங்ல சத்தம் போட்டுண்டிருக்கார். மஞ்சரிக் கண்ணு, நீ என் பொண்ணு கௌசல்யா மாதிரி. அதனால சொல்றேன், உனக்கும் அந்த வெய்ட்டருக்கும் பொருத்தமே இல்லை. பையன் எவ்வளவு நல்லவனா இருந்தாலும், நீ இன்சாஃப் முதலாளி மகள்ங்கறது அவனுக்குத் தெரியுமில்லை?’

‘தெரியும். நானே சொல்லியிருக்கேன்.’

‘அவன் அதுக்காகத்தான்மா உன் பின்னால அலையறான்.’

‘மாமா, நான்தான் அவன் பின்னாடி சுத்தறேன்.’

'அவன் நைசாப் பேசி, உன்னைச் சுத்த வைக்கிறான். ரெகார்டிங் கூட இருக்கு டேப்ல, அமேஸிங் டெக்னாலஜி.'

'மாமா நான் உங்களை நல்லவர்னு நினைச்சேன். இந்த ஸ்பை வேலை பாக்கறவருன்னு...'

'இல்லையம்மா... இது ஒரு ரொட்டீன்மா. உன்னை யாராவது கிட்நாப் பண்ணிட்டாலோ, மானபங்கப்படுத்திட்டாலோ, பெரியவர் இல்லாதபோது எனக்குத்தானே பொறுப்பு?'

'ரிடிக்யுலஸ்!'

'இதுக்குமேல் அழகேசன் பேச்சை எடுக்கலை. நீ சமத்து. வலையில் விழுந்துராதே. அவ்வளவுதான் சொல்வேன். இப்ப அழகேசன் பெரிய பிரச்னை இல்லை. அவன் என்ன படிச்சிருக்கான்?'

'கேக்கலை.'

'கேட்டு வச்சுக்கோ, ஒரு வேலை போட்டுக் கொடுத்துடலாம். அப்புறம் இதை அப்ரோச் பண்ணலாம். முதல்ல பெரியவர் நீ சொன்னதைக் கேக்கணும்.'

'என்ன சொல்லணும்?'

'ரெஸ்ட் எடுத்துக்கச் சொல்லும்மா. ஆபீஸ் எங்கயும் போகாது.'

'சொல்லிப் பாக்கறேன். அப்ப என் மேட்டர்?'

'அப்புறம்! இப்ப முக்கியம் அதில்லைம்மா. இந்த இன்சாஃப் சாம்ராஜ்ஜியமே சரிஞ்சு போற நிலையில் இருக்கு.'

'ஏன்?'

'பாலா சொன்னதை உன்கிட்டச் சொல்லிடறேம்மா. எனக்கு தலை வெடிச்சிரும். பாரத்தை மனசிலருந்து எறக்கணும்.'

'என்ன மாமா?'

'பெரியவர் ஆறுமாசம்கூடத் தாங்கமாட்டாராம்.'

அப்போது கதவு திறந்தது. ராகவேந்தர், 'பரமேஸ்வரன், அந்த ஆடிட் ஸ்டேட்மெண்டை' என்று ஆரம்பித்தவர் மஞ்சுவைப்

பார்த்து முகம் மலர்ந்தார். 'மஞ்ச் வந்தியா, கன்னுக்குட்டி, என்னது சொல்லவே இல்லை?' அவளை அணைத்துக்கொண்டு உச்சி முகர்ந்தார். 'செல்லம் உன்னைப் பார்த்தாலே என் ஹார்ட் சரியாப் போச்சும்மா'

'அண்யா, உங்களை ஒண்ணு கேக்கணும்.'

'தெரியும், ரெஸ்ட் எடுக்கணும், அதானே? தெர் இஸ் நத்திங் ராங் வித் மை டிக்கர். மஞ்சு கூட இருக்கறவரை எனக்கு எந்த ஆபத்தும் வராது. உனக்காக லண்டன்ல ஒண்ணும் வாங்க முடியலை. டாக்டர்ங்க கலாட்டா பண்ணிட்டாங்களா...'

'மஞ்சு சொல்றதை நீங்க கேக்கணும் முதலாளி.'

'அடாடாடா, பிடுங்கல்யா நீ.'

'பாலா ரொம்ப ஆணித்தரமா...'

'பாரு, பாலா ஒருசர்ஜன், சர்ஜனுங்க எப்பவுமே ஆபரேஷன் பண்ண கத்தியைத் தீட்டிக்கிட்டு காத்திருப்பாங்க. அவங்ககிட்டேயிருந்து தப்பிக்கணும். ஆமா, யாரோ வெய்ட்டருக்கு வேலை போச் சுன்னியே. திருப்பி எடுத்துக்கிட்டாங்களா அரோமாவில்?'

'அது வந்து...'

'என்ன வந்து போயி, அவன் எங்க இருந்தாலும் வரவழை. மஞ்சு சொல்லியிருக்கா, வேலை தரலைன்னா எப்படி? அவன் எங்க ருக்கான் தெரியுமாம்மா உனக்கு?'

மஞ்சு பரமேஸ்வரனைச் சங்கடமாகப் பார்த்தாள். அவர் 'சொல்லாதே' என்று வேண்டுதலாக சைகை செய்தார்.

10

மஞ்சரி வளர்ப்புத் தந்தையை அதட்டலாக வெறித் துப் பார்த்தாள்.

'என்ன கண்ணு, அப்படிப் பாக்கறே? நான் இப்பல் லாம் சிகரெட் பிடிக்கறதில்லை.'

'பொய்!'

'சத்தியமா எப்பவாவது ஒண்ணு' என்றார். லண்டன் போவதற்குமுன் பார்த்ததற்கு இளைத்திருந்தார். சோர்வாகத் தோன்றினார்.

'எப்பவாவது ஒண்ணு? பரமேஸ்வரன் சார்...'

'தினம் இருபதிலிருந்து அஞ்சுக்கு வந்திருக்கார்.'

'யோவ் சகுனி! உக்காருய்யா முதல்ல!'

'அண்யா, எதுக்காக உங்களையே அழிச்சிக்க விரும் பறீங்க?'

அவர் கண்களில் முதலில் கோபம் தென்பட்டு, சட் டென்று விலகியது. வேறு யாராவது அதைச் சொல் லியிருந்தால், 'நீ யார் இதைக் கேக்கறத்துக்கு' என்று முகத்தில் அடித்திருப்பார்.

கேட்டது மஞ்சரி, செல்ல மகள், மூச்சுக் காரணி.

‘ஆரம்பிச்சிட்டியா? நீ ஒருத்திதான் பாக்கி! உண்மையைச் சொல் லட்டுமா? எனக்குப் பிடிச்சிருக்கு. பிசினஸ்ல ரிஸ்க் எடுக்காட்டா முன்னுக்கு வரமுடியாது. அது போல லைஃப்லயும் ரிஸ்க் எடுக்கணும். நல்ல காப்பி குடிச்சிட்டு ஒரு சிகரெட் குடிக்கிறதில உள்ள சந்தோஷம் வேற எதிலயும் கிடையாது. இதுக்காக வாழ் நாள் குறைஞ்சாலும் பரவால்லை. காதில பூ வெச்சுக்கிட்டு ஜிஞ்சான் அடிச்சிக்கிட்டு, தொண்ணூறு வரை வாழறதைவிட நல்ல ஷாம்பேன், நல்ல சாப்பாடு...’

‘பைத்தியம் மாதிரிப் பேசாதிங்க’

‘மத்தவங்கன்னா இந்த வார்த்தைக்கு கன்னத்தில் அறைஞ் சிருப்பேன்.’

‘அறைங்க!’ அவள் அவருக்கு எந்தவிதத்திலும் பிடிவாதத்தில் சளைத்தவளல்ல, அதுதான் அவளிடம் பிடித்த விஷயம்.

‘எனக்கு மரணத்தைப்பத்தி பயம் இல்லை, கண்ணு! செத்துப் போறதைப் பத்தித்தான் பயம். பெட்பான் வச்சு, வெண்டிலேட் டார் வச்சு, கோமாவில போயி, பார்கவா மாதிரி செத்துப்போக நான் விரும்பலை.’

‘அண்யா, நானும் சிகரெட் ஊதிப் பார்த்தேன். இருமல்தான் வரது. அதுல என்னதான் இருக்கோ’

‘நீ செய்தது பஃப்பிங். நான் செய்யறது ஸ்மோக்கிங்.’

‘அது என்ன கண்றாவியோ, நீங்க குழந்தை இல்லை. இதில் உள்ள எச்சரிக்கை எல்லாம் தெரிஞ்சவரு.’

‘என்ன ரொம்ப அறுக்கறே, பாலா உங்கிட்டே பேசினாரா?’

‘பேசப்போறேன்.’

‘விஜியை கல்யாணம் பண்ணிக்கிறியா? உயிரோட இருக்கேன். இந்த சரவணன் வேண்டாம். கிறுக்குத் தத்தாரி, அப்பனை அப்ப டியே கொண்டிருக்கான். பரமேஸ்வரன், அந்த மாலிகா பிளாக் மெயில் மேட்டர் சொல்லியிருக்கீரா? எல்லாம் நாடகம்.’

‘வேண்டாம் முதலாளி.’

‘பேச்சை மாத்தாதீங்க. இப்ப உங்க இதயம்தான் டாப்பிக்.’

'பாரும்மா, எனக்கே என்ன உபாதைன்னு தெளிவா தெரியும். கார்டியோமையோபதி ஆர்ட்டீரியல் பிளாக். இ.எஃப்.ங்கறது பதினாலிலேயோ பதினஞ்சிலேயோ ஓடிக்கிட்டிருக்கு. மினிமம் நாப்பதஞ்சாவது இருக்கணும். எல்லாமே தெரியும்.'

'பின்ன?'

'இன்னொரு விஷயமும் தெரியும். எனக்கு அதிக டைம் இல்லை.'

அவரை நேராகப் பார்த்துக் கொண்டிருக்கும்போதே, மஞ்சரியின் கன்னங்களில் கண்ணீர்த்துளிகள் திரண்டு உருண்டன. துடைத்துக் கொள்ளாமல் அழுதாள்.

'எதுக்கு அழுவறே?'

'நீங்க போறப்ப என்னையும் கூட்டிட்டுப் போயிருங்க அண்யா' என்று டிஷ்யுவில் மூக்கு சிந்தினாள்.

'உத்தேசமே இல்லை. பாரு, உலகத்திலேயே சிறந்த வைத்தியம் எனக்குக் கிடைக்குது. சிறந்த ஆஸ்பத்திரி, சிறந்த சர்ஜன், கார்டியாலஜிஸ்ட், எல்லாப் புண்ணாக்கும் கிடைக்குது. இதயம் என் ப்ரையாரிட்டி லிஸ்டில முதல் ஐட்டமா வரலை.'

'முதல் ஐட்டம் என்ன?'

'இந்த யூரோ இஷ்யு. அப்புறம் விஜி-மஞ்சரி கல்யாணம். இதயம் அதுக்காக வெய்ட் பண்ணும். பண்ணணும். இதயத்தைக் காத்திருக்கச் சொல்லிருக்கேன். அப்பால, 'மவனே வாடா ஒண்டிக் கொண்டி'ன்னு எல்லா ட்யூபையும் மாட்டிக்கத் தயாராவேன்' என்று சிரித்தார்.

'போர்டு ரூம்ல பத்துப் பேர் காத்திருக்காங்க, இரு வந்துர்றேன். இந்த அழகேசனோ, மகேசனோ அவனை ட்ரேஸ் பண்ணுங்க பரமு. மஞ்சுக் கொல்லை சொல்லிருச்சுல்ல...'

'மஞ்சரி, நீ பாலாகிட்ட பேசிர்றியா?'

'இப்ப என்ன மணி இருக்கும். அங்கே?'

'எப்ப வேணா கூப்பிடலாம்னு சொல்லிருக்கார்.'

மூன்று டெலிபோன்களில் ஒன்று ஒலித்தது.

'நூறு ஆயுசு டாக்டர்!'

'என் ஆயுசு கிடக்கட்டும். அவரை மினர்வால அட்மிட் பண்ணீங்களா?'

'இல்லை, மஞ்சரிகூட முதல்ல பேசுங்க பாலா...'

மஞ்சரி டெலிபோனை வாங்கி, 'மாமா எப்படி இருக்கீங்க?'

'பெரியவர் எப்படி இருக்கார் மஞ்சு?'

'போர்டு மீட்டிங்ல இருக்கார்.'

'என்னது! படிச்சுப் படிச்சுச் சொன்னேன்!'

'கேக்க மாட்டேங்கறாரு! நீங்க வந்தாத்தான்...'

'நான்... பாரும்மா, பத்து சர்ஜரியை ரீ ஷெட்யூல் பண்ணிட்டு வரணும். மஞ்சு, ஹி இஸ் வெரி வெரி சிக்...'

'தெரியும், அவரே சொல்றார். நாப்பதுக்கு பதில் பதினைஞ்சு ஆர்ட்டிரியல் ப்ளாக், எல்.வி.இ.எஃப்!'

'அதான் அவர்கிட்ட பிரச்னை. ஹார்ட்டை ஏதோ பிசினஸ் ப்ரபோஸல் மாதிரி அலசிக்கிட்டிருக்கார். கடவுளே! இப்ப அவருக்கு ஏதாவதுன்னா கோயமுத்தூர்க்காரனும், பார்கவா மகளும் கம்பெனியை சாப்ட்ருவாங்க.'

'எப்ப வரீங்க?'

'அதுக்கு முன்னாடி அவரை எப்படியாவது மினர்வாவுக்குக் கூட்டிட்டுப் போய், ஒரு ம்யுகா டெஸ்ட் எடுத்தே ஆகணும். வந்திருவேன். விஜியும் வருவான். முக்கியமாக உன்னைப் பார்க்க...'

'எனக்கு ஒண்ணுமே புரியலை மாமா.'

'சிம்பிளாச் சொல்லட்டுமா?'

'வேண்டாம், பரமேஸ்வரன் சொல்லிட்டார்.'

போனை வைத்தபோது, செக்யூரிட்டி அதிகாரி உள்ளே வந்து பரமேஸ்வரனுக்கு சலாம் போட்டு, மௌனமாக ஒரு

காகிதத்தைக் கொடுத்தார். அதில் 'அழகேசன்' என்று எழுதி யிருந்தது.

'அய்யோ, இருக்கற தலைவலி போதாதா... இப்ப யாரையும் பார்க்க முடியாதுன்னு சொல்லிடுப்பா.'

'இருங்க...' மஞ்சரி இன்டர்காமில் ரிசப்ஷன் டெஸ்க்கை விளித்து, 'அங்க அழகேசன்னு ஒருத்தர் காத்திருக்கார்...'

'மேலே ஏறி வராருங்க.'

'ஏன்யா அவர விட்டே?'

'மேடமைத் தெரியும்னாருங்க.'

'உன் தலை!' என்று சொல்லி முடிப்பதற்குள், அவன் தலை தெரிந்தது. 'உள்ள வரலாமா? வந்துட்டேனில்லை... என் தலைக்கு என்ன? சார்தான்... ராகவேந்தரா? நைஸ் மீட்டிங் யூ சார், உங்க டாட்டரை...'

மஞ்சரி, 'அழகி' என்று அதட்டி, 'இவர் பரமேஸ்வரன்.'

'நம்ம அப்பாவை மீட் பண்ணலாம்னு வந்தேன்.'

'உனகென்ன பைத்தியமா? போய்டு போய்டு!'

'எதுக்குத் துரத்தறே? லிஃப்ட்ல ஆயிரம் கேள்வி கேக்கறான். இது என்ன ஆபீசா? கோட்டையா?'

'அழகி, நான் சொல்றதை முதல்ல புரிஞ்சுக்க, மரமண்டை, எங்கப்பாவைச் சந்திக்க இது சந்தர்ப்பமே இல்லை.'

'பின்ன எப்ப சந்திக்கிறது?'

'லேட்டர், மச் லேட்டர்.'

'உன்னைப் பாக்காம இருக்க முடியலையே! போன தடவை பாத்தப்புறம் எனக்கு வயசாயிகிட்டே வருதே'

'சீரியஸா பேசக் கத்துக்க!'

'என் சீரியஸ் பேச்சே இதுதானே.'

இந்த உரையாடலை ஃபைல் பார்த்துக்கொண்டே பரமேஸ்வரன் கேட்டுக்கொண்டிருந்தார். அவர் முகம் இறுகியிருந்தது.

பார்த்த முதல் கணத்திலிருந்து அழகேசனை அவர் வெறுத்தார். மஞ்சரிக்காக வருத்தப்பட்டார். 'இப்படி ஒரு வெகுளியா!'

'வீட்டுக்கு வரட்டுமா?'

'அய்யோ பலி விழும். போ முதல்ல!'

'ஆயிரம் ரூபா தா, போறேன்.'

'எதுக்கு?'

'புஸ்தகம் வாங்கணும்.'

'என்ன புஸ்தகம்?'

'கோலப் புஸ்தகம்! நான் வாங்கற புஸ்தகம் எல்லாம் உனக்குப் புரியாது. கிரெடிட் கார்டாவது கொடு.'

அவள் தன் பையைப் பார்த்தாள். முப்பது ரூபாய்தான் இருந்தது. 'இந்தா கிரெடிட் கார்டு...'

'க்கும்' என்று கனைத்து, 'கார்டு கொடுக்க வேண்டாம்மா. கேஷியர்ட்ட சொல்றேன்' என்றார் பரமேஸ்வரன்.

அழகேசன், 'போறதுக்கு முன்னாடி உங்க மூக்கு நுனியை ஒரு கடி கடிக்கலாமா?' என்றான்.

அவள் சங்கடமாக பரமேஸ்வரனைப் பார்த்தாள். 'பை பை. பரமேஷ் மாமா, கல்யாணம் பத்தி மஞ்சரி பேசினாளா? முதலாளி காதில போட்டுடுங்கோ' என்றான். 'வாங்க சொக்கலிங்கம்' என்று லிப்ட் ஆப்ரேட்டரை விசாரித்துக்கொண்டு சென்றான். பரமேஸ்வரனின் பார்வையை மஞ்சரி தவிர்த்தாள்.

'சொன்னேனா இல்லையா? அவனுக்குப் பணம்தாம்மா குறி. ரொம்ப எடம் கொடுத்து வச்சிருக்கே, நன்னாவே இல்லை.'

'அய்யோ குழப்பாதீங்க. அவனை நீங்க உண்மையா சந்திச்சதே இல்லை.'

உள்ளம் துறந்தவன் ♦ 69

பரமேஸ்வரன் கேஷியருக்கு போன் செய்து 'ரிசப்ஷன்ல அழகேசன்னு ஒரு பையன் காத்திருக்கான். பெட்டி கேஷ்லருந்து ஆயிரம் ரூபாய் எடுத்துக் கொடு கிருஷ்ணசாமி' என்றார்.

அப்போது அவர் எதிரே நாகரத்தினம் உட்கார்ந்திருந்தார்.

கிருஷ்ணசாமி, ஆபீஸ் பாய் ராம்குமாரை விளித்து, 'இந்தப் பணத்தை ரிசப்ஷன்ல அழகேசன்னு ஒரு பையன் காத்திருக் கானாம், கொடுத்துரு' என்றார்.

மாமனார் திரும்பி வந்த செய்தி நாகரத்தினத்துக்கு தெரிந்த உடனே ஃபிளைட் பிடித்து, சென்னைக்கு வந்துவிட்டார். மாமானாரைப் பார்ப்பதற்கு முன் கேஷியரிடம் ஒரு லட்சம் பணம் வாங்க வந்திருந்தார்.

'கிருஷ்ணசாமி, கீழதான் போறேன். எங்கிட்ட கொடுங்க. பேர் என்ன சொன்னீங்க?'

11

நாகரத்தினம் அழகேசனை ஏற இறங்கப் பாத்தார். கசங்கிய சட்டை, இரண்டு நாள் ஷேவற்ற முகம், கழுத்தில் ஒரு கர்ச்சீப், பை நிறையப் புத்தகங்கள், கொஞ்சம் தலைசீவி முகம் துடைத்தால் அழகாகத் தான் இருப்பான். நேராகப் பார்த்த கண்களில் ஆர்வம்தான் தென்பட்டது. கெட்ட எண்ணங் களுக்குப் பழக்கமில்லாதவன் போலத் தோற்றம். அதே சமயம் புத்திக் கூர்மையற்றவன் என்று சொல்ல முடியவில்லை. இவன் யார்? பரமேஸ்வரனைப் பிடிக்க ஓர் ஆயுதமா என்பதை முதலில் ஆராய வேண்டும். 'தம்பி' என்று பரிவாகக் கூப்பிட்டார்.

'நீ பரமேஸ்வரனுக்குத் தெரிஞ்சவனா?'

'இல்லைங்க, மஞ்சரி அவங்களைப் பார்க்க வந்தேன். நீங்க?'

திடுக்கிடலை மறைத்துப் புன்னகை காட்டி, 'நான் மஞ்சரிக்கு மாமன். கோயமுத்தூரு.'

'ஆஹா பழம் நழுவி பால்ல. இப்பத்தான் வர்ற வழியில ஒரு மஹீந்தரா வேன் பின்னால படிச்சேன். 'கர்த்தர் உன்னைக் காக்கிறார். சங்கீதம் 12:15'ன்னு! உடனே பலிச்சிருச்சு. உங்க பேர்?'

'நாகரத்தினம்.'

‘பேர் சகுனமா இல்லை. வெய்ட் எ மினிட். உங்களைப்பத்தி மஞ்சரி சொல்லிருக்கு.’

‘என்ன சொன்னா?’

‘சட்டுனு ஞாபகம் வரலை. இருந்தாலும் நீங்க எனக்கு உதவி பண்ணலாம்.’

‘என்ன வேணும் சொல்லு. ஆபிசே என்னதுதான். ஐயர்கிட்டே போவாத. அவங்கள்ளாம் வேலைக்காரங்க.’

‘நீங்க அரச குலமா?’

‘மோர் ஆர் லெஸ்.’

‘எனக்கு மஞ்சரியுடைய அப்பாவை மீட் பண்ணனும்.’

‘என்ன விஷயமா?’

‘சும்மா கைகுலுக்கறதுக்கு. அது போதும். ரொம்ப பிசியா இருக்காரு. கண்ல காட்டவே மாட்டேங்கறா.’

‘மஞ்சரி நல்ல பழக்கமா?’

‘விபரீத அர்த்தம் ஏதும் இல்லைன்னா அப்படித்தான் சொல்லலாம். ரொம்பத் துருவறிங்களே, போன ஜன்மத்தில் கிணறு தோண்டினவரா?’ என்று பெரிதாகச் சிரித்து அவர் கையைக் கேட்டான்.

‘அடிக்கடி சந்திப்பீங்களா?’

‘உங்க டிக்ஷனரில அடிக்கடிங்கறது என்ன இடைவெளி?’

‘யோசிக்காதே, நான் உதவி செய்றேன்.’

‘அப்படியா? ராமன் சுக்ரீவன்கிட்ட கேட்டாப்பல, உங்களை நம்பலாமா அங்கிள்? உங்களை அங்கிள்னு கூப்பிடலாமா?’

‘அங்கிள்னு கூப்பிடு, மாப்பிள்ளைன்னு கூப்பிடு, நாகுன்னு கூப்பிடு. இந்த ஆபீஸ்ல ஆயிரம் ரூபாய் எல்லாம் பிச்சைக்காசு. கீழே போட்டாக்கூட பொறுக்க மாட்டோம்.’

‘பில் கேட்ஸ் மாதிரியா? அவருக்கு ஒரு செகண்டுக்கே வருமானம் இருநூற்றைம்பது டாலரா!’

'நீ பத்தாயிரம் கேட்டிருக்கணும். இந்தக் கட்டை வெச்சுக்க. நீ நம்ம வீட்டு மாப்பிள்ளை' என்று பிரிக்காத நூறு ரூபாய்க் கட்டை நீட்டினார்.

'எனக்கு அவ்வளவு பணம் வேண்டாம். புஸ்தகம் வாங்கணுங்க, அவ்வளவுதான். இட்டாலோ கால்வினோ நாவல்.'

நாகரத்தினம் 'எத்தனை புக்கு வேணா வாங்கிக்க, பில்லை அனுப்பிடு.'

'இட்டாலோ கால்வினோ படிச்சிருக்கிங்களா?'

'சின்னப் பிள்ளைல படிச்சிருக்கேன். சமையல் குறிப்புகள் எழுதுவான், இல்லை?'

அவன் சிரித்து, 'மாஜிகல் ரியலிஸத்தில் சமையல் குறிப்பையும் சேர்க்கலாம். ஆனா நீங்க சொல்றது கொஞ்சம் ஓவர்! இவர் இட்டாலியன் ரைட்டர், செத்துப் போயிட்டார்.'

'அவரை ஒரு முறை கோயமுத்தூர் வந்தப்ப சந்திச்சிருக்கேன்.'

'ரீல் விடாதீங்க. அவர் க்யூபாவில் பிறந்து, இத்தாலில வளர்ந்து அந்த மொழியில் கதைகள் எழுதினவரு.'

'உனக்கு தெரியாதப்பா, அவர் வந்திருக்காரு.'

'சான்ஸே இல்லை. பரவாயில்லை, நல்லா புளுகுறிங்க சார்!'

'அதை வுடு, நீ சொல்லு, அந்தப் பொண்ணு மஞ்சு எதாவது ப்ராமிஸ் பண்ணிருக்கா?'

'இதை நான் ஏன் உங்ககிட்ட சொல்லணும்? கிவ் மி ஒன் ரீஸன்!'

'அட சொல்லுப்பா, நானும் காதல் பண்ணி கல்யாணம் கட்டிக் கிட்டவன்தான். கில்லாடி நீ, பெரிய தொரட்டியா பிடிச்சிருக்கே. சொல்லு.'

அப்போது 'அழகி' என்று குரல் கேட்டுத் திரும்பியபோது மஞ்சரி நிலைமையை ஒரு நிமிஷத்தில் கிரகித்துக்கொண்டு, 'அழகி புறப்படு' என்று கை சொடக்கி விரட்டினாள்.

'ஏன் துரத்தறே? சார் வந்து, இவரை உனக்குத் தெரிஞ்சிருக் கணுமே?'

உள்ளம் துறந்தவன் ♦ 73

நாகரத்தினம் கண்கள் ஒத்துழைக்காத புன்னகையோடு மஞ்சரியைப் பார்த்தார். 'நல்லாவே தெரியும்!'

'புறப்படுன்னா...' அதட்டினாள்.

'சார், ரொம்ப நல்லா கனிவா பேசிக்கிட்டிருந்தார். அப்பப்ப நம்மை முட்டாள்னு நெனைச்சுகிட்டு சுவாரஸ்யமா பீலா வுடறார். ஆனா நமக்கு உதவி செய்யறதாச் சொல்லியிருக்கார்.'

'நீ முதல்ல இடத்தைக் காலி பண்ணு.'

'நாட் ஸோ ஹார்ஷ் பேபி. சரி ஏதோ உனக்குப் பிடிக்கலை, அப்புறம் பேசலாம, வரேன், மிஸ்டர் ராஜரத்தினம்.'

'நாகரத்தினம்.'

அவன் போனதும், 'உன்னை நல்லாத் தெரியும்ங்கறானே மச்சினியே' என்று தோளில் கை வைத்து அருகே அணைத்துக் கொண்டார்.

'அவ்வளவுதானே? மேற்கொண்டு ஏதும் இல்லையே?'

'அவ்வளவுதான்.'

'நீ கட்டிக்கப் போறது சரவணனை கண்ணு, தெரியுமில்லை?'

'மாமா, என் யோசனை எல்லாம் அப்பாவைப் பத்தித்தான். அப்பாகிட்ட ஏதும் சொல்லவேண்டாம்.'

'மாமாவை ஏர்போர்ட்லேருந்து மயக்கத்திலேயே கொண்டாந் தாங்களாம். பரமேஸ்வரன் சொன்னாரு.'

'சேச்சே, அதெல்லாம் புரளி, போர்டு ரூம்ல சத்தம் போட்டுக் கிட்டிருக்காரு, பாத்துட்டுப் போங்க.'

'அப்புறம் வீட்ல பாத்துக்கறேன். ஜாக்கிரதைம்மா, இந்த மாதிரி லோஃபர்ஸை எல்லாம் கட் பண்ணிர்றது நல்லது.'

'அவன் லோஃபர் இல்லை.'

லேண்ட்மார்க்கில் தரையில் சப்பணம் போட்டு உட்கார்ந்து யு.ஜி. கிருஷ்ணமூர்த்தி புத்தகத்தைப் படித்துக்கொண்டிருந்த

அழகேசனை மஞ்சரி சந்தித்து, 'பைத்தியம் வா' என்று இழுத்து காஃபி ஷாப்புக்கு அழைத்துச்சென்றாள்.

'புரியறாப்பல இருக்கு, புரியறதில்லை.'

'எது?'

'யுஜி.'

'கிடக்கட்டும். அவர்கிட்ட என்ன சொன்னே மட்டி!'

'உங்க மாமன் ரொம்ப நல்லவராத் தெரியறார். நம்ம காதலுக்கு உதவி பண்ணறதாச் சொன்னார்.'

'உனக்கு உலகத்தில் உள்ளவங்க எல்லாரும் நல்லவங்க அழகி. அவரு தன் மகனை எனக்குக் கட்டிக் கொடுக்கணும்னு ஒத்தைக் கால்ல நிக்கறார்.'

'அதான் லேசா விந்தறாரா?'

அவனை தன் கைப் பையால் வலிக்குமாறு அடித்தாள். அவன் சிரித்தான். 'ஸாரி, ஸாரி, நோ மோர் கடி ஜோக்ஸ். ஒரே ஒரு ஹைக்கூ, கோபயாஷி இஸ்ஸாவோடது. செர்ரி மலர்கள் பூத்த பின்னும் உலகம் துக்கமாக இருக்கிறது.'

'உன் தலை! அழகி, லைஃப்ல ஒரு முறையாவது சீரியஸா இரேன். நான் சொல்றதைக் கவனமாக் கேளு. நாகரத்தினத்துக் கிட்ட ஏதும் வெச்சுக்காதே.'

'நினைச்சேன். அவர் உன்னைப் பார்த்த பார்வை சரியில்லை. நேராப் பார்க்காம மாரைப் பார்க்கறாரு.'

'எங்க வீட்டில ஈக்வேஷன்கள் உனக்குத் தெரியாது.'

'இனிமே அவர் கூடப் பேசக் கூடாது. அவ்வளவுதானே?'

'பேசக்கூடாது.'

'ஒக்கே.' அப்போது அவள் செல் அடித்தது. அதை எடுத்து 'சென்ட்ரல் ஸ்டேஷன்? மே ஐ ஹெல்ப் யூ?' என்றான். அவனிட மிருந்து அதைப் பிடுங்கி, அவனைக் கண்களால் அதட்டிவிட்டு 'இல்லை சார், இங்க யாருமில்லை. என் ஃப்ரெண்டு கொஞ்சம் கிறுக்கு.'

'ஆமா அவனேதான். அப்புறம் பேசறேன் அவனைப் பத்தி.'

'அப்படியா எப்ப?' அவள் பேசிக் கொண்டிருக்கையில் தன் முகத்தை அஷ்டகோணலாக்கிக்கொண்டு, சேஷ்டை பண்ணி வாயைக் கிழித்துக் காட்டினான் அவன்.

வேறுபக்கம் திரும்ப அந்தப் பக்கமும் எட்டிப் பார்த்தான். சிரிப்பை அடக்க முடியவில்லை.

'வெரிகுட், விஜியும் வராப்பலயா?'

அவள் போனை அணைத்ததும் 'விஜி யாரு?' என்றான்.

'உனக்கு இன்னொரு போட்டி.'

'ஓ, அமெரிக்கா மாப்பிள்ளை! வரட்டும். வில் வித்தை, வாள் வீச்சு எதிலும் நான் சளைத்தவனில்லை. நிரூபிக்கிறேன்.'

மஞ்சரியின் முகத்தில கவலை படர்ந்தது. 'பாலாவும் வந்துவிட்டிருக்கிறார். அப்பாவுக்கு நிச்சயம் சீரியஸாகத்தான் இருக்கும்.'

'உங்கப்பாவுக்கு என்ன ட்ரபிள்? சரியாச் சொல்லு!'

'கார்டியோமையோபத்தின்னு ஏதோ சொல்றாங்க, சரியாப் புரியலை.'

'சிம்பிள், ஹார்ட்டு ஒரு பம்ப், அது பம்ப் அடிக்கிற வலிமை அதன் தசைகளுக்குக் குறையற வியாதிக்கு பேரு அது. கை முஷ்டியைக் காட்டி, 'இதான் ஹார்ட்டுன்னா, இது லெஃப்ட் வெண்டரிக்கிள். உங்கப்பாது என்ன அடைப்பு? ஹைப்பர் ட்ராஃபிக்கா டைலேட்டடா?'

'உனக்கு அரைகுறையாத் தெரியாததே இல்லையா?'

'இருக்கு. மஞ்சரியின் கண்களில் இருக்கற ஆழம். சில சமயம் கிணத்துக்குள்ள எட்டிப் பார்க்கறாப்பல இருக்கு.'

அவனை வெறித்துப் பார்த்தாள்.

'இப்ப, கண்ணே ஒரு ஹைக்கூ சொல்லுது.'

'ஆரம்பிக்காதே!'

'மஞ்சரி! உன்னைத் தொடலாமா?'

‘என்ன பைத்தியக்காரக் கேள்வி?’

‘இப்பலருந்து அடுத்த பத்து வாக்கியங்கள் படு சீரியஸ். மனத்தின் அடித்தளத்திலிருந்து உன்னிடம் உள்ளம் துறந்தவன் சொல்வது. எனக்குப் பயமா இருக்கு மஞ்சரி. யூ ஆர் டூ ரிச். உங்க ஆபீஸ்ல ஆயிரம் ரூபா நோட்டை கீழப் போட்டா பொறுக்க மாட்டாங்களாம். அவ்வளவு பெரிய கம்பெனி சொந்தக்காரர் மகள். நடந்து போனாலும் கூடவே ஒரு கறுப்புக் கார் வருது. மஞ்சரி எனக்குப் பயமா இருக்கு. டேய் அழகேசா, அதிக ஆசைப்படாதேடா, அப்புறம் அதிக ஏமாற்றம் ஏற்பட்டுரும். எப்படி சமாளிக்கப் போறோம். பணம் பிரச்னை இல்லை. மத்தவங்களைப் போல பாலிகாட்ல ஒத்தை சுடிதார், கழுத்தில் எந்த நகையும் இல்லாம வரணும்னு சொல்லமாட்டேன். நீ கிடைக்கிறதா இருந்தா எனக்குத் தன்மானம், அவமானம், சன்மானம் ஏதும் பிரச்னை இல்லை. நீ என்கிட்ட சந்தோஷமா இருப்பியான்னு கியாரண்டி கிடையாது. கல்யாணம் ஆனப்புறம் அலுப்பு வந்துடுமோன்னு பயமா இருக்குது. நீ பட்டினியையேப் பார்க்காம வளர்ந்தவ. மஞ்சரி, ஐ டோண்ட் டிசர்வ் யூ. இந்த நிமிஷமே உன் வாழ்க்கைலருந்து விலகுன்னு சொல்லு. குழப்பமில்லை. விலகிக்கறேன்.’

‘எதாவது உளறாதே! பாரு அழகி, நான் உங்கிட்ட ’ ஐ லவ் யு’ சொல்லி மணல்ல கை கோத்து நடக்கற பைத்தியக்கார பிசினஸ் எல்லாம் வெச்சுக்கலை. உன்னை எனக்குப் பிடிச்சிருக்கு. கல்யாணம் பண்ணிக்கிட்டப்புறம் என்னைப் பத்தி முழுசா தெரிஞ்சிப்பே. என் பிடிவாதம், உனக்குப் புரியும்’

‘அப்ப கல்யாணம் உண்டுங்கறே?’

‘உலகத்திலே எந்தச் சக்தியாலயும் நம்மைப் பிரிக்க முடியாது.’

‘நிறைய சினிமா பாக்கறியா? டயலாக் உடறியே.’

‘ஒரு மாறுதலுக்கு புளிச்சுப் போன சினிமா டயலாக்கூட உண்மையா இருக்கு அழகி!’

12

நாகரத்தினத்தின் ஆட்கள் இன்சாஃப் அலுவலகத்தின் ஒவ்வொரு இலாகாவிலும் இருந்தார்கள். அவர்களுக்கு அவ்வப்போது கோவையிலிருந்து பேமெண்ட் ஆகும். ஆபீஸ் சூப்பிரண்ட் ஷண்முகம் ஒரு முறை நான்கு பேரைக் கண்டுபிடித்து வேலையிலிருந்து நீக்கினார். (அவர்களுக்கு மறு வேலை ஏற்பாடு பண்ணி பராமரித்து கோர்ட்டில் கேஸ் போட வைத்தார்.) ஆபீசில் நடக்கும் அத்தனை விஷயமும் அவருக்குத் தெரியும்.

நாகரத்தினத்தின் குறிக்கோள், அந்த கம்பெனி சேர்மன் நாற்காலியில் அமர்வது. ராகவேந்தரை 'பதவி நீக்கம் செய்தா அல்லது பதவி வீக்கம் செய்தா? எப்படி?' என்று யோசித்துக் கொண்டிருந்தார். அதற்காக இன்சாஃப் போர்டில் ஒரு நமச்சிவாயத்தையும் நரேஷ்குமாரையும் பிடித்து வைத்திருந்தார். இருவருக்கும் ராகவேந்தர்மேல் பழைய கோபங்கள் உண்டு. அவற்றை அகழ்வாராய்ச்சி பண்ணி வைத்திருந்தார். இன்சாஃப்பின் மன்னர் மாற்றத்துக்கான சந்தர்ப்பம் நெருங்கி வருவதை நாகரத்தினத்தால் உணர முடிந்தது. ஐடிஏ என்ற துப்பறியும் நிறுவனம் மூலம் அலுவலகத்தில், தன்னையும் உள்ளிட்ட குடும்பத்தவர் அத்தனை பேரையும் வேவு பார்க்கிறார்கள் என்பது அவருக்குத் தெரியும்.

அண்ணா சாலையில் அதன் அலுவலகத்துக்குப் போய் 'இன்சாஃப் சி.எம்.டி மாப்பிள்ளை நானு, சமீப காலமா சிலபேரைக் கண்காணிக்க ஆபீஸ்ல சொல்லிருக்கு, அந்த விவரங்கள் வேணும். குறிப்பா மிஸ் மஞ்சரி.'

ஐடிஏ பட்டாபி அவரை ஏற இறங்கப் பார்த்துவிட்டு முகத்தைச் சுருக்கிக்கொண்டு, 'ஸாரி சார், மிஸ்டர் பரமேஸ்வரன் ஆத்தரை சேஷன் இல்லாம, நாங்க காட்ட மாட்டோம்.'

'யோவ், பரமேஸ்வரன் எனக்குக் கீழ வேலை செய்றவன்யா. நான் யார்? எதிர்கால எம்.டி.'

'நீங்க யாரா இருந்தாலும் காட்ட முடியாது. அவர் கைப்பட லெட்டர் வேணும்.'

'இருடி, உங்களுக்கெல்லாம் வெக்கிறேன் ஆப்பு.'

'பார்டன்?'

அவர் கிளம்பும்போது ஓர் இளைஞன் மூக்கில் ப்ளாஸ்திரியுடன் வந்தான்.

'சார் என் பேர் அருண். உங்க ஈமெய்ல அட்ரஸ் சொல்லுங்க.'

'நாகு அட் இன்சாஃப் டாட் காம். அருண், என் டயத்தை வேஸ்ட் பண்ணாத, என்ன மேட்டர் சொல்லு!'

'அழகேசன் என்னை மூக்குல குத்திட்டு சிம்கார்டைப் பிடுங்கிப் போட்டுட்டான் சார். நான் என் கடமையைச் செய்தேன். மெயிலை ஓப்பன் பண்ணுங்க. ரிப்போர்ட் பார்க்கலாம்.'

'கடமை? பிழைச்சுப்பே, எப்ப சொந்தமா ஏஜென்சி ஆரம்பிக்கப் போறே?'

'உங்களுடைய தயவிருந்தா...'

'கவனிச்சுக்கறேன்!'

அந்த போட்டோக்களை கம்ப்யூட்டரில் பார்த்தார். அதற்கு ஒரு ப்ரிண்ட் எடுத்துக்கொண்டார். அழகேசனைப் பற்றிய அத்தனை விவரங்களும் அந்த அறிக்கையில் இருந்தன.

'அழகேசன் சுமார் 24 வயது, உயரம் 5.9 மாநிறம், எந்த வேலையிலும் ஒரு மாதத்துக்குமேல் தங்கியதில்லை. Drifter.

உள்ளம் துறந்தவன் ♦ 79

இப்போது வேலையில்லை. க்ரீன்பீஸ் மூவ்மெண்ட், திமிங்கிலப் பாதுகாப்பு, ஆங்கில தியேட்டர், வெய்ட்டர். அரோமா ரெஸ்ட் டாரண்டில் இவன் வெய்ட்டராக இருந்தபோது, மிஸ் மஞ்சரி யுடன் சினேகம் தொடங்கியதாகத் தெரிகிறது. புகை பிடிப்ப தில்லை. மற்ற பழக்கம் ஏதும் இருப்பதாகத் தெரியவில்லை. தொடங்கிய சினேகம் சற்று நெருக்கமாக உள்ளது.'

பத்துப் பக்கம் இருந்தது ரிப்போர்ட். கையெழுத்து சாம்பிள் கொடுக்கப்பட்டிருந்தது. ரத்த க்ரூப் ஓ பாசிட்டிவ். அவன் ஏதாவது விபத்தில் சிக்கி, ப்ரெய்ன் டெட் ஆனால், தன் அங்கங் கள் அனைத்தையும் தானம் செய்வதற்கான டோனர் கார்டு பிரதி உடன் இணைக்கப்பட்டிருக்கிறது. நெருங்கிய உறவு என்று மஞ்சரியைக் குறிப்பிட்டுள்ளான். கார்டு நம்பர் இருந்தது. அமெரிக்கன் லைப்ரரி, ப்ரிட்டிஷ் கவுன்சில், கன்னிமரா லைப்ரரி கார்டுகளும் வைத்திருக்கிறான்.

'சும்மா சொல்லக்கூடாது. கொடுத்த காசுக்கு வேல சுத்தம். ஜாதகத்தையே விரிச்சுட்டானே' என்று தன் மனைவி கல்யாணி யிடம் அந்த போட்டோவைக் காட்டினார்.

'பாத்துக்க, உன் வருங்கால மருமக அழகை. சரவணனுக்கு கட்டி வெக்கலாம்னு கனா கண்டுகிட்டிருந்தியே, இந்தப் பொண்ணு என்ன வேலை செய்திருக்கா பாரு!'

கல்யாணி பார்த்தபோது படத்தில் இருவரும் எதிர் எதிராக உட் கார்ந்து பேசிக்கொண்டிருந்தார்கள். 'இப்ப என்ன செய்றதுங்க?' என்றாள்.

'உங்கம்மாவைக் கூப்பிடு முதல்ல!'

மாடி அறைக்கு, மரகதவல்லியைத் தனியாக அழைத்து வந்தாள். 'அத்தை, உங்ககிட்ட ஒரு முக்கியமான தலைபோற விஷயம் சொல்லணும்.' நாகரத்தினம் கதவைச் சாத்தினார்

'என்ன மாப்பிள்ளை, சரவணன் மறுபடி ஃபெயிலா?'

'சரவணனைப் பத்தி இல்லை. உங்க வளர்ப்பு மகளைச் சமீபத்தில் கவனிச்சுட்டு வர்றீங்களோ?'

'ஏன்?'

'சரியா கவனிச்சியாம்மா?'

'ரெண்டு பேரும் என்ன அர்த்தத்தில் சொல்றீங்கன்னு தெரியலை மாப்பிள்ளை?'

'அந்தப் பொண்ணுடைய சினேகிதங்க சரியாவே இல்லை.'

'சினேகிதங்களா?'

'எந்த யுகத்தில் இருக்கீங்க அத்தை? அதுக்கு ஊரெல்லாம் பாய் ஃப்ரெண்ட்ஸ். நம்ம அந்தஸ்த்துக்கு ஏத்தாப்பல இருந்தாலாவது சரி, ஒத்துக்கலாம். ஓட்டல்ல அதும் நம்ம ஓட்டல்லயே வெள்ளை டிரஸ் வெள்ளைக் குல்லா போட்டுக்கிட்டு வெய்ட்டர்... இவங்கள்லாம் சினேகம். இவங்ககூட சுத்தினா, குடும்ப மரியாதை என்ன ஆவுறது? எப்பேர்ப்பட்ட ஃபேமிலி! பேப்பர்ல அக்கப்போர் போட்டுட்டாங்கன்னா கம்பெனி கவுந்துரும் அத்தை!'

'என்ன உளர்றீங்க? என்ன கல்யாணி, நாக்கில நரம்பில்லாம பேசறார்?'

'இவர் கொஞ்சம் எசகுபிசகாத்தான் போட்டு உடைச்சுருவார்ம்மா. ஆனா சொல்றது சரியாத்தான் இருக்கும். எங்கிட்ட சொன்னாரு. நான் நம்பலை. போட்டோ காட்டினப்புறம்தான்...'

'போட்டோவா?'

'காட்டுங்க...'

அப்போது மஞ்சரி அசந்தர்ப்பமாக உள்ளே வர, சட்டென்று பேசுவதை நிறுத்திவிட்டார்கள்.

'என்னைப் பத்தித்தான் பேச்சா? பட்டுன்னு நிறுத்திட்டீங்களே. பேசுங்க மாமா...'

'இல்லை மஞ்சு கண்ணு, மாப்பிள்ளை சொல்றது சரியான்னு தெரிஞ்சுக்கணும்.'

'என்ன சொன்னாரு?'

'நீ ஏதோ...'

மஞ்சரி குறுக்கிட்டு, 'அவன் பேரு அழகேசன். நம்ம அரோமா காஃபி கிளப்ல வெய்ட்டரா இருந்தான். ரெண்டாயிரம் ரூபா

சம்பளத்தில். எங்க, போட்டோ காமிங்க. ஐ நல்லா விழுந்திருக் கேனே, சூப்பர்! என்னா டெக்னாலஜி! அம்மா. இவன்தாம்மா என் ஃப்ரண்டு அழகேசன்'

'மஞ்சு, யார் இந்த ராஸ்கல்?'

'நான் கல்யாணம் பண்ணிக்கப் போற ராஸ்கல்' என்று சொல்லி விட்டுப் படியிறங்கிச் சென்றாள்.

'விளையாட்டுக்குச் சொல்றா அவ. அமெரிக்கா போகப் போறா, அப்படித்தானே கல்யாணி?'

நாகரத்தினம், 'இல்லைம்மா, இந்தப் பொண்ணு அமெரிக்கா போவாது. இங்கேயே ஊர் மேயற கேஸ்.'

'கல்யாணி உங்கப்பாவைக் கூப்பிடு.' மரகதவல்லி தன் டெலிபோனை எடுத்து அதில் எண்களை ஒத்த, நாகரத்தினம், 'வேண்டாம், இந்தச் சமயத்தில் அவருக்குச் சொல்ல வேண்டாம். அவருக்கு ஏதாவது ஆயிருச்சுன்னா ஸ்டாக் விழுந்துரும். நம்ம குடும்பத்தோட சொத்தின் மதிப்போ, பாதாளத்துக்கு சரிஞ்சுரும். அத்தை, கேளுங்க, நம்ம சொத்தெல்லாம் வெறும் காகிதம், ஸ்டாக்குங்க, டி-மேட்ல ஒரு நம்பர். அதுக்கு இன்னைய தேதிக்கு மதிப்பு ஒரு ஷேர் எட்டாயிரம்கிட்ட ஓடிக்கிட்டிருக்கு. இதை ஒவ்வொண்ணா வித்தா, எட்டாயிரம் கிடைக்கும். எல்லாத்தையும் வித்தா, எறங்கிரும். கம்பெனியுடைய ஒவ்வொரு குவார்ட்டர் ரிசல்ட்டைப் பொருத்து, மழை பேஞ்சா ஏறும், தண்ணி வந்தா எறங்கும். உங்க வீட்டுக்காரரை ஆஸ்பத்திரியில அட்மிட் பண்ணா எறங்கும். பைத்தியக்காரத்தனமா இப்ப இது ஏறிக்கிட்டே போவுது. பெரியவருக்கு உடம்பு சரியில்லைன்னா, அது ஸ்டாக் மார்க்கெட்டில உடனே பிரதிபலிக்கும். ஸ்டாக் சரியறப்ப, கிடைச்ச வரைக்கும் லாபம்னு மக்கள் வித்து மளமளன்னு சரிஞ்சுரும்.'

'முதல்ல என்ன விலை?'

'பத்து ரூபா இருந்தது. இன்னைக்கு எட்டாயிரம்! இது ஒரு பெரிய விளையாட்டு. விக்கல்-வாங்கல் விளையாட்டு. நம்ம குடும் பத்தில் நடக்கற சின்னச் சின்ன விஷயங்கள் எல்லாம் இதன் மதிப்பைப் பாதிக்கும். மஞ்சரி பேர்ல நிறைய ஷேர் இருக்குது. அவ தறிகெட்டு அலைஞ்சா, அதை வித்தா, கன்னாபின்னான்னு விலை சரியும்'

‘என்ன செய்யணும்?’

‘நீங்க ஒண்ணும் செய்யவேண்டாம். நான் காதும் காதுமா முடிச்சுர்றேன். பெரியவருக்குத் தகவல் போகவேண்டாம். கல்யாணி, சரவணனுக்கு போன் போட்டு உடனே வரச்சொல்லு. வீட்டோட ஒரு நிச்சயதார்த்தம் செய்துடலாம். குடும்பத்தைவிட்டு சொத்து போகக் கூடாது. என்ன புரியுதா?’

‘ஒரே குழப்பமா இருக்குது மாப்பிள்ளை. அவர்கிட்ட ஒரு வார்த்தை கேக்காமச் செய்தா சத்தம் போடுவாரு.’

‘சொல்லப்போறோம். அதுக்கு வேளை காலம் உண்டு. சொல்ற விதத்தில் சொல்லலாம். பாருங்க அத்தை, இந்த மேட்டரை நான் தீர்த்துவைக்கிறேன். சுமுகமா யாருக்கும் விரோதமில்லாம தீர்த்துவைக்கிறேன். சரவணனை முதல்ல வரவழைக்கிறேன்.’

‘மஞ்சரிக்கிட்டப் பேசிப் பார்க்கட்டுமா?’

நாகரத்தினம் குரலை உயர்த்தினார். ‘நான்தான் பாத்துக்கறேன்னு சொல்றேனில்லை!’

‘எதுக்கும் கல்யாணி, உங்கப்பாகிட்ட சொல்லிட்டுத்தான் செய்யணும்.’

‘அத்தை இது அவர்கிட்ட சொல்லி, அவர் இருதயம் இருக்கற நிலையில...’

‘என்ன சொலறீங்க நீங்க?’

‘அவர் லண்டன் போய்ட்டு உடனே திரும்பி வந்த காரணம். அங்க முன்னைப்போல ஒரு அட்டாக் வந்திருக்கு. பாலா உடனே புறப்பட்டு வரார். இது எனக்குக்கூடத் தெரியாது. ஆபீஸ்ல கமுக்கமா வச்சிருக்காங்க. ஐயருக்கு மட்டும்தான் விஷயம் தெரியும்...’

டாக்டர் பாலாவுக்கு லுஃப்தான்ஸா, பிரிட்டிஷ் ஏர்வேஸ் எதிலும் நேரடியாக சென்னைக்கு டிக்கெட் கிடைக்காததால் மும்பையில் பிற்பகல் இறங்கி அடுத்த ஜெட் ஏர்வேஸ் ஃப்ளைட் பிடித்து, ஏழரை மணிக்கு சென்னைக்கு வந்து சேர்ந்தார். மினர்வா ஆஸ்பத்திரிக்கு போன் போட்டார்.

அங்கே மாமனார் இல்லை என்றார்கள். வியப்படைந்தார். பாலாவுடன் அவரது மகன் விஜியும் வந்திருந்தான். உயரமான,

வசீகரமான தோற்றம் உள்ள வாலிபன். அவன் நியூ யார்க் வால் ஸ்ட்ரீட்டில் ஒரு புரோக்கர் கம்பெனியில் இளம் எக்ஸிக்யூட்டிவாக இருந்தான். டாக்டருக்கு படிக்கவில்லையே என்று பாலாவுக்கு மிகுந்த ஆதங்கம். பையன் ஏதாவது படித்து பாஸ் பண்ணி வெளியே வந்தானே என்று புவனாவுக்கு சந்தோஷம். ஒரு கட்டத்தில் ஒரு போர்ட்டோ ரிக்கன் பெண்ணைக் கல்யாணம் செய்துகொள்ளத் துடித்தான். பதற்றமாகிவிட்டது. என்ன நடந்ததோ தெரியவில்லை. அந்தப் பெண் அவனை விட்டுப் போயிருக்கவேண்டும். சமர்த்தாகி கிரே சூட், டை அணிந்து அப்ரெண்டிஸாக ஆபீஸ் போக ஆரம்பித்தான். 'டாட்! தாத்தா சொத்து என்ன மதிப்பு இருக்கும்? இந்தியாவிலேயே இரண்டாவது பணக்காரராமே...' ஃப்ளைட்டிலேயே கேட்டான்.

'விஜே, இதையெல்லாம் கேட்க இது சமயமல்ல. He is heading for congestive heart failure.'

'மஞ்சரிக்கு எத்தனை வயசிருக்கும்?'

'சென்னைக்குப் போனபின் விசாரிக்கலாம்.'

விஜேயைப் பார்த்து பாலாவுக்குக் கவலையாக இருந்தது. ஹோஸ்டஸுடன் கண்ணடித்துப் பேசினான். அந்தப் பெண் புன்னகையால் சமாளித்தாள். 'விஜே, திஸ் இஸ் நாட் அமெரிக்கா. உன்னை எதற்காக அழைத்து வந்தேன் என்று சங்கடமாக இருக்கிறது.'

புவனாதான் இருவரும் பழகட்டும் என்று அனுப்பினாள். ராகவேந்தருக்கு விஜியைப் பிடிக்கும். புவனாவுக்கு மஞ்சரியை ரொம்பப் பிடிக்கும். எப்படியாவது அவளை மருமகளாகப் பெற ஓர் ஆசை இருந்தது.

'டாட், கவலைப்படாதீங்க, நான் இந்தியாவில் நல்ல பிள்ளையாக நடந்துகொள்வேன்.'

13

நாகரத்தினம் மற்றவரை அழிக்கத் தீர்மானிக்கும் போது திறமையாகச் செயல்படுவார். அவரிடம் ஒரு துருப்புச் சீட்டு இருந்தது. அதன் பெயர் வதந்தி அல்லது உள்தகவல். அதை எப்போது விளையாடு வது என்பதைத்தான் இன்னும் அவர் தீர்மானிக்க வில்லை. அதற்கான தகவல்கள் சில இன்னும் கிடைக்கவேண்டியிருந்தன. இன்சாஃப் கம்பெனி யின் குடும்பத்தில் இன்று யாரிடம் எவ்வளவு பங்குகள் இருக்கின்றன என்கிற விவரம் தேவைப் பட்டது. அது கம்பெனி செகரட்ரி விஷ்ணுவர்த்த னிடம் இருந்தது. வருடாந்திரக் கூட்டத்தில் (ஜெனரல் பாடியில்) அந்த விவரத்தைத் தர வேண்டும். அதற்கு இன்னும் நாளாகும். இப்போது கேட்டால் 'நிறைய ஸ்டாக் ட்ரான்ஸ்ஃபர் இன்னும் செய்ய வேண்டியுள்ளது. தகவல் புதுப்பிக்கப்பட நாளாகும்' என்றார்கள்

ஓரளவுக்கு மேல் இதை விசாரிக்கவும் அவருக்கு விருப்பம் இல்லை. அவர் திட்டம் வெளிப் பட்டுவிடும். இன்சைடர் டிரேடிங் என்பார்கள். இன்சாஃப் ஷேர் விலை உச்சக்கட்டத்தில் இருக்கும் போது விற்றுவிட்டு 'ராகவேந்தர் உடல்நிலை கவலைக்கிடம். ரொம்பநாள் தாங்க மாட்டார்' என்ற வதந்தியைக் கொண்டுவந்து ஸ்டாக் விலை சரிய பலர் மளமளவென்று விற்றுவிட, மீண்டும்

இன்சாஃப் ஸ்டாக்குகளை ஓரிரு கூட்டுச் சதிகாரர்களுடன் வாங்கிக்கொண்டு போர்டை மாற்றிப்போட்டு சேர்மன், மேனேஜிங் டைரக்டர் பதவி இரண்டையும் கைப்பற்றுவது. இதுதான் அவர் திட்டம்.

டாக்டர் பாலா, சௌகரியமான கெஸ்ட்ஹவுசில் தங்கினார். அங்கிருந்து மினர்வா ஆஸ்பத்திரிக்கு போன் செய்து தான் வந்திருப்பதாகத் தகவல் கொடுத்தார். ஆபீசுக்குச் சொல்லி செல் போனில் சிம்கார்டு மாற்றிக்கொண்டார். மகனுக்கும் தாற் காலிகமாக ஒரு செல்போன் தரச் சொன்னார்.

விஜி முதலில் கூப்பிட்டது மஞ்சரியை.

'ஹாய்'

'ஹூ இஸ் திஸ்?'

'கெஸ்...'

மஞ்சரி அழகேசனுடன் திருவான்மியூரிலிருந்து திருப்போரூர் செல்லும் பஸ் புறப்படக் காத்திருந்தாள்.

அழகேசன் அவளிடமிருந்து செல்போனை வாங்கி, 'யோவ், எங்களுக்கு வங்கிக்கடன் தேவையில்லை. சுப்ரீம் கோர்ட்டே இம் மாதிரி தொந்தரவு செய்யறது சட்ட விரோதம்னு சொல்லியிருக்கு. விஜெ? அவளுக்கு விடியோ ஜாக்கி யாரையும் தெரியாது.'

மஞ்சரி, 'மரமண்டை, அது என் அமெரிக்கா மாப்பிள்ளை' என்று போனைப் பிடுங்கி, 'விஜி எப்ப வந்தே?' என்றாள்

'நேத்து ராத்திரி. யார் அந்த மோரான்?'

'ஒரு ஃப்ரெண்ட்.'

'ஹி இஸ் நாட் மை ஃப்ரெண்ட். பாரு இப்ப மணி என்ன, சரியா பன்னிரண்டரைக்கு யு ஆர் ஜாய்னிங் மி ஃபார் லஞ்ச், புரிஞ்சுதா?'

'விஜய் நான் இப்ப...'

'நோ எக்ஸ்க்யுஸஸ். நான் இருக்கப் போறது ஒரு வாரம். அதற் குள் நான் உன்னை அறிந்துக்கொள்ளவேண்டும். நீ என்னை. வி ஆர் கெட்டிங் மாரிட், ஃபர் காட் ஸேக்!'

86 ♦ சுஜாதா

'விஜய், விஜய், சொல்றதைக் கேளு.'

அழகேசன் அவளையே பார்த்துக்கொண்டிருக்க, 'வெச்சுப் புட்டான்' என்றாள். 'அவனைச் சந்திக்கணும், போகலைன்னா, வீட்ல ப்ராப்ளம் ஆய்டும்.'

'நோ ப்ராப்ளம்.'

'அழகி, நான் இன்னொரு தடவை வந்து உங்கம்மாவைச் சந்திக்கிறேன், ப்ளீஸ்.'

'ஓ நோ ப்ராப்ளம், அமெரிக்கா அழைக்கிறது, போய் வா மகளே!'

'கோபமா?'

'இல்லை, பொறாமை.'

'ஹர்ர்ர்ர்!'

அவள் செல்போன் மறுபடி ஒலித்தது.

'மஞ்சரிங்களா? நான் சரவணனுங்கோ?'

'ஏய் சரு! எப்ப வந்தே?'

'காலைல ப்ளூ மவுண்டன்ல... எனக்கு ரொம்ப சந்தோச சமாசாரம் பொன்னு...'

'என்ன, பாஸ் பண்ணிட்டியா?'

'உங்களுக்கு என்ன கலர் பிடிக்கறாப்பல?'

'எதுக்குக் கேக்கறாப்பல?'

'அட நிச்சயதார்த்தத்துக்கு பட்டுச் சீலை எடுக்கறாப்பல பொன்னு!'

'யாருக்கு?'

'நமக்குத்தான், வேற யாருக்கு?'

போனை மடக்கிய மஞ்சரி திகைத்துப்போனாள்.

'ஏதாவது துக்க செய்தியா? விஜிக்கு ஹார்ட் அட்டாக்கா?'

'இது சரவணன், கோயமுத்தூர் மாப்பிள்ளை.'

‘ஓ க்ரேட். தி மோர் தி மெர்ரியர்.’

‘நிச்சயதார்த்தமாம் எனக்கும் அவனுக்கும். என்ன ஓடிட்டிருக் குன்னே தெரியலை அழகி.’

‘கஷ்டம்தான். ஒரே சமயத்தில மூணு பேரைக் கட்டிக்கிறது. அதுக்கு ஏதாவது டோக்கன் சிஸ்டம் வெக்கணும். ஏய்! ஏய் அடிக்காதே. இதுக்கு போய் அழுவறே? வாழ்க்கைல அழ வேண்டியது ஏராளம் இருக்கு... பாரு, என்னைத் தவிர வேற யாராவது உன்னை கட்டிக்க வந்தான்னா, பட்டா...மவனே பலி போட்டுடுவேன்.’

‘சும்மா... பேசு!’

‘சரி, ஓல்டான் ஓல்டான் இறங்கிக்க...’

அவர்கள் இறங்கிக்கொண்டனர். ‘மருந்தீசுவரர் கோவில் திறந்தீசுவரரான்னு பார்க்கலாம்!’

‘சில்லி, இது சினிமா இல்லை.’

‘ஒரே வழி, உங்கப்பாவை நான் சந்திக்கறதுதான். அவர்தானே மூலவர், மத்ததெல்லாம் குட்டி தேவதைகள்தானே?’

‘அவசரம் வேண்டாம். இதை நான் சமாளிக்கிறேன்.’

‘எப்படி?’

‘சரவணனையும் விஜியையும் மோதவிட்டுர்றேன்.’

அழகேசன் முகம் மலர்ந்து, ‘கை குடு பார்ட்னர், உனக்கும் என் மூளை கொஞ்சம் ஒட்டிக்கிச்சு!’

பார்க் ஓட்டலின் நூதனமான ஏட்ரியத்தை மஞ்சரி வியந்து பார்த்துக்கொண்டிருந்தாள். ‘வாட் வில் யூ ஹாவ்!’ என்றான் விஜி மெனுகார்டை அலட்சியமாகப் பார்த்துக்கொண்டே. அவ்வப் போது அவளையும் பார்வையில் நிறுத்தி இரண்டு கண்களையும் சிமிட்டினான். மஞ்சரிக்கு அவனைப் பார்க்காமல் தவிர்க்க முடியவில்லை. மிக மிக அழகாக இருந்தான். இம்மாதிரியான ஆண்பிள்ளையை விளம்பரங்களில்தான் பார்த்திருக்கிறாள். கேசம், நெற்றி, புருவம், கண்களின் அளவு, மூக்கின் கூர்மை,

உதடுகளின் மென்மை, தாடை, கழுத்தின் அளவு, சட்டை இறுதியில் மணிக்கட்டின் விரல்களின் வெண்மை, லேசான வாசனை. மனசு சஞ்சலப்பட்டது

'என்ன பாக்கறே?'

'அமெரிக்கா உன்னை பளபளன்னு ஆக்கிடுச்சு... நீ ஏன் இன்னும் கல்யாணம் செய்துக்கலைன்னு வியப்பா இருக்கு.'

'எனக்குப் பிடிச்ச பெண் இந்தியாவில்னா இருக்கா!'

'எங்கே!'

'இங்கே!'

'விஜி, ஒருமுறை ரெண்டுபேரும் சேர்ந்தாப்பல கண்ணாடில பாத்துக்கலாம். அப்புறம் சொல்லு. இதைவிட மிஸ்மாட்ச் இருக்குமான்னு...'

'நான் விரும்பறது மனப்பொருத்தம்.'

'என் மனதைப் பத்தி உனக்கு என்ன தெரியும்?'

'நீ வெளிப்படை!'

'அப்ப நான் சொல்றதைக் கேளு. அழகேசன்னு ஒருத்தனை நான் லவ் பண்றேன். அவனைக் கல்யாணம் கட்டிக்க அண்யாக்கிட்ட அனுமதி கேட்க சந்தர்ப்பத்துக்குக் காத்துகிட்டிருக்கேன்.'

விஜியின் முகபாவத்தில் எந்தவித மாறுதலோ அதிர்ச்சியோ தெரியவில்லை.

'லெட்ஸ் ஆர்டர். வெய்ட்டர்!' என்று கை சொடக்கினான்.

14

விஜி எந்தவித முகமாறுதலும் காட்டாதது மஞ்சரிக்கு ஆச்சரியமாக இருந்தது. அமெரிக்க நாக்குகளுக்கு ஏற்ப விஜே என்றும், இந்தியாவுக்கு வந்ததும் விஜி என்றும் அழைக்கப்பட்ட விஜய ராகவன் (தாத்தா பெயர்) பிறந்து வளர்ந்து, படித்தது எல்லாம் அமெரிக்காவில்தான். அந்த சமூகத்தின் சுதந்தரங்களுடன் வீட்டில் ஒரு கலாசாரம், வெளியே ஒரு கலாசாரம் என்ற முரண்பாடு களையும் தன் இரண்டும்கெட்டான் சரும நிறத்தின் சங்கடங்களையும் சமாளிக்க, வளரும் பருவத்தில் ரொம்பவே திணறினான். கேர்ள் ஃப்ரெண்ட் இல்லா விட்டால் 'கே' என்றும் 'ஃப்ரூட்' என்றும் கேலி செய்யும் நண்பர்கள், 'யாரையாவது பெண்ணை வீட்டுக்குக் கூட்டிக்கிட்டு வந்தே... காலை ஒடிப் பேன்' என்ற தாய் புவனா, வாரம் ஒரு முறை அந்நியனைப் போல் தரிசனம் தரும் தந்தை டாக்டர் பாலா, இவர்களுக்கு இடையில் அவனுக்கு ஒரே ஒரு விஷயம் தெளிவாக இருந்தது. என்ன ஆனாலும் டாக்டருக்கு படிக்கப் போவதில்லை. அப்பாதான் ராப்பகலாக உழைத்து, நாள் முழுவதும் ஆஸ்பத்திரி பச்சை கவுனைக் கழற்றாமல் சம்பாதிக்கிறார். அதை யாராவது செலவழிக்கவேண்டாமா என்று, பதினெட்டாவது வயது நிரம்பிய அதே தினத்தில் கார் வாங்கிக்கொண்டான். அதை வருஷா வருஷம் மாற்றினான். தாய் தந்தையரிடமிருந்து பிரிந்து

மன்ஹாட்டனில் அபார்ட்மெண்ட் எடுத்துத் தங்கினான். நண்பர்களோடு கதைத்தான். புகைத்தான். எல்லா ஆர்வங்களையும் தணித்துக்கொண்டு திரிந்துவிட்டு ஏதோ ஒரு கட்டத்தில் நேராகிவிட்டான். சுயமாகச் சம்பாதிக்கவேண்டும் என்கிற ஞானோதயம் ஏற்பட்டு, இன்டர்நேஷனல் லா, எம்.பி.ஏ என்று படித்துத் தேர்ந்து, ஒரு வால் ஸ்ட்ரீட் கம்பெனியில் சேர்ந்துகொண்டான். கம்பெனி மாறினான். போர்ட்டோ ரிக்கன் சிநேகிதியுடன் கல்யாணத்திலிருந்தும், அதனால் கைகால் உடைவதிலிருந்தும் தப்பினான். அப்போதுதான் இன்சாஃப் சாம்ராஜ்ஜியத்தின் மாப்பிள்ளை ஆனால் என்னவெல்லாம் நன்மைகள் வரும் என்பதை அதன் வருடாந்திர ரிப்போர்ட்டைப் படித்தபோது உணர்ந்து பிரமித்துப் போனான். அமெரிக்கத் தரத்தின்படியே அது ஒரு பெரிய கம்பெனி. உலகின் ஃபார்ச்சூன் 500 அருகில் இருந்த கம்பெனி. உடனே அவனது எம்.பி.ஏ ஞானம் இயங்க, 'அமெரிக்காவில் ஒரு ஹோல்டிங் கம்பெனியை அமைத்து, கலிஃபோர்னியாவில் ஒரு ப்ரி ஐ.பி.ஓ சாஃப்ட்வேர் கம்பெனியை வாங்கினால், ஒரு வருஷத்தில் முந்நூறு மில்லியன் டாலர் பண்ணிவிடலாம்.' இவ்வாறான யோசனைகளின் மத்தியில் மஞ்சரி அவனை இரண்டு மூன்று தடவை கூப்பிட்டு, அவன் முன் கை சொடுக்க வேண்டியிருந்தது.

'என்ன சொன்னே? அழகேசன்?'

'அவனைக் கல்யாணம் பண்ணிக்கிறதா வாக்கு கொடுத்திருக்கேன்.'

'ட்ராப் ஹிம்! என்னைக் கல்யாணம் பண்ணிக்க. நம்ம கம்பெனியை ஃபார்ச்சூன் 500-க்குள்ள கொண்டுவந்துருவேன். உங்கிட்ட எத்தனை ஷேர் இருக்கு?'

'எனக்கு ஷேர்னா என்னன்னே தெரியாது.'

'உங்க ஊர் டி-மேட் ஸ்டேட்மெண்ட் ஏதும் பார்த்ததில்லை?'

'ஏதோ ஐயர் ஜெனரல் பாடிம்பாரு. கையெழுத்து வாங்கிட்டுப் போவாரு. பாரு விஜி, எனக்கு இதிலெல்லாம் இன்ட்ரஸ்டே இல்லை. அழகேசனை மனப்பூர்வமா காதலிக்கிறேன்.'

'உங்க மூவிஸ்ல வர்ற மாதிரிப் பேசறே.'

'நீ டமில் மூவிஸ் பாப்பியா?'

'எங்கம்மா விடாம பார்ப்பாங்க, நான் எட்டிப் பார்ப்பேன். மெயின்லி பெல்லி பட்டன்ஸ். பத்து நிமிஷம், அதுக்கு மேலே தாங்காது.'

'உங்க ஹாலிவுட் மூவிஸ் எனக்கு அஞ்சு நிமிஷத்துக்குமேல தாங்காது.'

'நோ ப்ராப்ளம், ஐ வில் டேக் கேர் ஆஃப் அழகேசன். அவனை பி.ஆர்ல நல்ல சம்பளம் போட்டு கலிபோர்னியாவுக்கு அனுப் பிரலாம்.'

'விஜி! இது இவ்வளவு லைட்டா எடுத்துக்கற விஷயம் இல்லை.'

'இதெல்லாம் அமெரிக்காவில சாதாரணம் மஞ்சு. வாராவாரம் பாய் ஃப்ரெண்ட், கேர்ள் ஃப்ரெண்ட் மாத்துவோம். அதுவேற, கல்யாணம் வேற. கல்யாணம் சீரியஸ் மேட்டர். நான்கூட ஒரு போர்ட்டோ ரிக்கன் பெண்கூட சுத்திக்கிட்டிருந்தேன். ஈவன் ஸ்டீவன்ஸ்!'

'இங்க அப்படி இல்லை. ஒருத்தனைக் காதலிச்சா, வாழ்நாள் முழுக்க...'

அவன் வசீகரமாகச் சிரித்தான். 'நான்சென்ஸ்! எனிவே, உன்னை அவ்வளவு தூரம் கவர்ந்த இந்த கேரக்டரை சந்திச்சே ஆகணும்' என்று செல்போனை எடுத்து, 'பரமேஸ்வரன் மாமா, நான் விஜி பேசறேன். ராகவேந்தர்ஸ் கிராண்ட் சன். சௌக்கியமா? ஹவ் இஸ் யுர் டாட்டர்? ஓ! ஸாரி டு ஹியர் தட். ஒண்ணுமில்லை. அழகேசன் தெரியுமா? மஞ்சுவோட பாய் ஃப்ரெண்ட்.'

'...'

'டு மி எ ஃபேவர். கார் அனுப்பி அவனைத்தேடி எப்படியாவது ட்ரேஸ் பண்ணி, உடனே பார்க் ஓட்டலுக்குக் கூட்டி வாங்க. அடுத்த அரை மணியில.' இப்போதே முதலாளி போல ஆணை யிட்டான்.

மஞ்சரி, 'வரமாட்டான்' என்றாள்.

'லெட்ஸ் ஸீ, கலிஃபோர்னியா ஆபீஸ்ல ஒரு வேலை கொடுத்தா, அத்தனையும் மறந்துருவான்.'

'இப்ப அழகேசனை பத்திப் பேசவேண்டாம்.'

'யூ மீன், அவனை மறந்துருவியா?'

'பாரு, எனக்கு சரவணனைக் கல்யாணம் பண்ணிவெக்கணும்னு நாகு மாமா ஒத்தைக்கால்ல நிக்கிறார்.'

'சரவணனா? தட் இடியட், கஸின் ஆஃப் மைன்? நிஜமாவா? சொல்லு, யு வாண்ட் டு மேரி தட் க்ரீச்சர்?'

'இல்லை உன்னையும்...'

'தாத்தாகிட்ட சொல்லிடு, சரவணன் இஸ் நாட் மை சாய்ஸ்னு.'

'இப்ப அண்யாவுடைய ஹெல்த்தான் முக்கியம்.'

'டோண்ட் ஒர்ரி. டாடி அமெரிக்காவில லீடிங் சர்ஜன். தினம் ரெண்டு ஹார்ட் ஆபரேஷன் பண்றவர். சரி பண்ணிடுவார். அப்பறம் தாத்தா ரெஸ்ட் எடுத்துக்கிட்டே ஆகணும். பிரமாதமான கம்பெனி. எல்லா நம்பரும் சரியா இருக்கு. டெப்ட் ஈக்விட்டி ரேஷியோ, க்ராஸ் ப்ளாக், ப்ராஃபிட், க்வார்ட்டர்லி ரிசல்ட்ஸ், க்ரோத் சர்ப்ளஸ் எல்லாம். கம்பெனியை தைரியமா எடுத்து நடத்தலாம்.' அவன் கண்கள் அலைந்தன. 'தேர் கம்ஸ் தி ஜோக்கர்!'

சரவணன் அங்குமிங்கும் பார்த்துக்கொண்டு அவர்களை நோக்கி வந்தான்.

'ஏய் சரு, எப்டிரா இருக்கே?'

'இங்க இருக்கீங்களா? நான் ஆபீஸ்ல இருக்காங்காட்டியும்னு அங்க கேட்டேன்! விசி, நல்லதாயிருச்சு நீ வந்தது. மஞ்சு, நமக்கு நாளைக்கு தட்டு மாத்திக்கிடறாப்பல. கத்திரிப்பூ கலர் உனக்கு பிடிக்கும்னு மரகதம் ஆச்சி சொல்லிச்சு. அமிர்தா, ரோகிணி எல்லாம் கோவைல புறப்பட்டு வராங்க. நாளைக்கு வூரே கல கலன்னு ஆயிரும். எல்லாரும் வந்தாச்சில்லை, உங்கம்மா வரலியா? அதென்ன உன் தங்கச்சிக்கு சேரான்னு பேரு?'

'என்ன சொல்றே சரவணன்? வாட் இஸ் திஸ் தட்டு பிசினஸ்?'

'நிச்சயதார்த்தம். பழம், பாக்கு, வெத்தலை தெரியாது? எனக்கும் மஞ்சரிக்கும் கல்யாணம்.'

'தெரியாது.'

‘வீட்டுக்கு வா, கல்யாணி அக்கா சொல்வாங்க.’

விஜி அடக்கமுடியாமல் சிரித்தான். ‘திஸ் இஸ், திஸ் இஸ் ஃபன்னியர் தேன் எ டமில் மூவி. தாத்தாவுக்கு உடம்பு சரியில்லாதபோது, பொண்ணுக்குத் தெரியாம, வாட்ஸ் த ஹர்ரி சரவணன்?’

‘பாரு விசி, சொல்லிப்போட்டேன். நம்ம ப்ளானுக்கு குறுக்க வராதீங்க, சொல்லிட்டேன்’ என்றான்.

விஜி இன்னமும் சிரித்துக்கொண்டிருந்தான்.

சரவணன் மேஜையில் உட்கார்ந்து சூப்புக்கு வைத்திருந்த ரொட்டிக்குச்சியைக் கடித்தான். கிண்ணத்தில் இருந்த பாதாம் பருப்புகளை அப்படியே கையில் கொட்டிக்கொண்டு, வாயில் அடித்துக்கொண்டான்.

‘யக்கி’ என்றான் விஜி.

‘இந்த ஓட்டலும் தாத்தாவுடையதா? இல்லைன்னா வாங்கிரலாம்’ என்றான் சரவணன். அவன் மற்றவர்களது அபிப்ராயங்களுக்கோ, உணர்ச்சிகளுக்கோ சங்கடப்படுபவனாகத் தெரியவில்லை. கோவையின் வெளிப்புறத்தில் செல்லமாக வளர்க்கப்பட்டு, ஒவ்வொரு வகுப்பிலும் நிதானமாக இரண்டிரண்டு வருஷம் படித்து, இப்போது தபாலில் பாகல்பூர் பல்கலைக்கழகத்தில் பி.ஏ பண்ணுகிறதாகப் பேச்சு. மஞ்சரியை அவன் பார்த்த பார்வையிலேயே இச்சை தெரிந்தது. நெருக்கமான, அடர்த்தியான புருவங்கள். சற்றே தூக்கலான பற்கள். நெற்றியில் பொட்டு, கையில் தங்கத்தோடா, விரலெல்லாம் மோதிரம். அவனிடம் வசீகரமானது அவனது எளிய கோயமுத்தூர் தமிழ் மட்டுமே.

‘அனிமூனுக்கு ஸ்ுவிஸ் போயிரலாமா? அது என்ன படம்? ரயில்ல பாடிக்கிட்டே போவானுங்கோ, என்னமோ ஸ்டாரு.’

‘பாரு சரவணன், நான் சொல்றதைக் கொஞ்சம் காது கொடுத்துக் கேளு. நானும் என் தந்தையும் வந்திருக்கிறது தாத்தாவுக்கு வைத்தியம் பார்க்க. இந்தச் சமயத்தில் கல்யாணம் பேசினா, ரொம்பக் குழப்பமாயிரும்.’

‘பின்ன? எங்கப்பாதான் சொன்னாரு, தாத்தா செத்துட்டா சொத்து வெளிய போவக்கூடாது. மஞ்சரியைக் கட்டிக்கிடுன்னு’

அவர்கள் ஒருவரை ஒருவர் பார்த்துக்கொள்ள, கோபத்தில் மஞ்சரி முகம் சிவந்தது.

'சரவணன், என்னை எப்பவாவது யாராவது சம்மதம் கேட் டாங்களா?'

'அப்பாருதான் கேட்டாச்சு பொன்னான்னாரு.'

'பொன்னா யாரு?'

'வீட்ல என்னை பொன்னானு கூப்பிடுவாங்க.'

'பொன்னா, என்னானாலும் இப்பக் கல்யாணம் இல்லை. யாரும் அதுக்குத் தயாரா இல்லை. வா, ரெண்டு பேரும் தாத்தாவைப் போய் பாத்துரலாம். ஃபர் இன்ஃபர்மேஷன், மஞ்சு என்னைத் தான் கட்டிக்கப்போறா.'

'மஞ்சு, அப்படியா?'

மஞ்சு தாற்காலிகமாக அவன் தொந்தரவு தாங்காமல் 'அப்படித் தான்' என்றாள். சரவணனின் முகம் உடனே ஏமாற்றத்தைக் காட்டியது. அவன் மனசுக்குள் எதையும் வைத்துக்கொள்ள மாட்டான் என்பது தெரிந்தது.

மஞ்சரிக்குச் சிரிப்பு வந்தது.

அதே சமயம் மினர்வா ஆஸ்பத்திரியில் சிரிப்பில்லை. பாலா, பிரதான கார்டியாலஜிஸ்ட், தொராஸிக் சர்ஜன் இருவருடனும் க்ளீவ்லண்டில் மற்றொரு நிபுணர் டாக்டர் ரீவ்ஸ் என்பவருடன் கான்ஃபரன்ஸ் காலில் இருந்தார்.

'பதினெட்டு பர்சென்டில் எப்படி உயிர் வாழ்கிறார் என்பதே ஆச்சரியமாக இருக்கிறது. இரண்டு பெரிய குழாய்கள் அடைத் திருக்கின்றன. இதயத்தின் இடது அறை திணறுகிறது. இந்த நிலையில் மூன்று மாதம் கூடத் தாங்க மாட்டார். லெட்ஸ் டு எ ஸிஏபிஜி' என்றார் பாலா.

'மாற்று இதயம்தான் அவரைக் காப்பாற்றும்' என்றார் டாக்டர் ரீவ்ஸ்.

15

ஒருபுறம் விஜி உறவு தரும் சுதந்தரத்தைப் பயன் படுத்தி அவ்வப்போது அணைத்துக்கொள்வதையும், சந்தர்ப்பம் கிடைத்தபோதெல்லாம் விரசமில்லாமல் கண்ணடிப்பதையும், முத்தம் ஒத்துவதையும் மஞ்சரி சாமர்த்தியமாகச் சமாளிக்க வேண்டியிருந்தது.

மறுபுறம் சரவணனின் முரட்டு அணுகுமுறை.

அழகேசனை எப்படி இந்தப் பெரிய குடும்பத்துக்கு அறிமுகப்படுத்தப்போகிறோம் என்கிற கவலையும் இருந்தது. அவன்தான் தனக்குரியவன். இதில் அவளுக்குச் சந்தேகமே இல்லை. அதைச் சொல்வது எந்தவகையான எதிர்விளைவை ஏற்படுத்தும்? அந்த அதிர்ச்சியை தன் வளர்ப்புத் தந்தை தாங்குவாரா? பரமேஸ்வரன் ஒருவருக்குத்தான் அழகேசன் என்பவனைப் பற்றித் தெரியும். பேசாமல் திருநீர்மலைக்கோ, திருப்பதிக்கோ சென்று கல்யாணம் செய்துகொண்டு வந்துவிட்டு செய்தியை ஓசைப்படாமல் கொஞ்சநாள் கழித்துச் சொல்லலாமா என்று யோசித்தாள். ஒரு முறைமாப்பிள்ளை நிச்சயதார்த்தம் பண்ண புடைவை வாங்கிக் காத்திருக்கிறான். மற்றொருவன் அமெரிக்காவுக்கு அழைத்துச் சென்று நயாகரா அருகிலோ, லாஸ் வேகாஸிலோ படுக்கையில் வீழ்த்தக் காத்திருக்கிறான். ஏதாவது செய்தாகவேண்டும்.

மஞ்சரி இதையெல்லாம் மனசுக்குள் போட்டு உழப்பிக் கொண் டிருந்தபோது, பிரச்னை சட்டென்று எந்தவித ஆரவாரமும் இல்லாமல் தீர்ந்துபோனது. விஜி இதை அலட்சியமாக எடுத்துக் கொண்டாலும் அவனது அமெரிக்க வளர்ப்புச் சூழ்நிலையில் மற்றவர் உணர்ச்சிகளுக்கு மரியாதை கொடுக்கும் பகுதியும் இருந்தது. தன் தந்தையிடம் தெளிவாகச் சொல்லிவிட்டான்.

'அவள் மற்றொருவனைக் காதலிக்கிறாள். மணக்க விரும்பு கிறாள். இதை நிராகரித்து நான் அவளைக் கல்யாணம் செய்து கொண்டால் கஷ்டப்படுவோம். அவளைக் கட்டாயப்படுத்த வேண்டாம்' என்றான்.

பாலா, 'நானே தயங்கினேன். உறவுக்குள் திருமணம் நல்லதல்ல என்று பலருக்கு நானே சொல்லிக்கொண்டிருக்கையில், நீ அத்தை பெண்ணைக் கல்யாணம் செய்துகொள்ள, பல பரிசோதனைகள் செய்தாக வேண்டும். இப்போது அது பற்றி யோசிக்கவே சமய மில்லை. உன் தாத்தாதான் முதல் ப்ரையாரிட்டி' என்றார்.

ராத்திரி வீட்டுக்குப் போனதும் இதை அவர்கள் குடும்பத்தில் பேசிக்கொள்ள முடிவெடுத்தார் பாலா. அவருடைய முதல் கவலை ராகவேந்தரைப் படுக்கவைத்து ரெஸ்ட் எடுக்க வைப்பது. அவர் கணிப்பில் அந்த இதயம் சிறகொடிந்த பறவை போல மிக மிகப் பலவீனமான நிலையில் உள்ளது. பணம் சம்பாதிக்கும் பரபரப்பில் இதயத்தைப் புறக்கணித்துவிட்டு, இப்போது முப்பது நாள் தாங்குமா என்பதே சந்தேகம்...

போர்ட் ரூமில் அடிக்கடி மாத்திரையை அடக்கிக்கொண்டு இடக் கையை வலக்கையால் பிடித்துக்கொண்டிருந்தபோது, 'வாங்க பாலா, எப்ப வந்திங்க, என்ன பாக்கறீங்க? கொஞ்சம் சுண்டு விரல் பக்கத்தில் மரத்துப் போனாப்பல இருக்குது. மற்றபடி வேற பிரச்னை இல்லை. எனக்குத் தேவை ஒரு ரெண்டு நாள். அப்புறம் கட்டின பசுப்போல வந்து படுத்துடறேன். ரெண்டு நாள் என்னை நிக்க வெச்சிருங்க மாப்பிள்ளை.'

'மாமா உங்களுக்கு இப்ப எது முக்கியம்? உயிர் வாழறதுதானே? ஆபீஸ் எங்கயும் போவாது!'

'ஆஸ்பத்திரிக்குப் போங்க, உடனே வரேன்' என்றார்.

வரவில்லை.

உள்ளம் துறந்தவன் ♦ 97

மஞ்சரிக்கு அழகேசனிடமிருந்து போன் வந்தது. 'என்ன, புது மாப்பிள்ளைங்க வந்த உற்சாகத்தில் காதலனை மறந்து விட்டாயா, இளவரசி?' என்றான்.

'எங்கே இருக்கே இப்ப?'

'எங்க இருப்பேன்? புக் ஷாப் இல்லை, காபி ஷாப். அம்மாவை ராயப்பேட்டா ஆஸ்பத்திரிக்கு சாயங்காலம் அழைச்சுட்டுப் போகணும்.'

புத்தகக் கடையில் தரையில் உட்கார்ந்து ஓசியில் படித்துக் கொண்டிருந்தான். இரண்டு கைகளிலும் திறந்த புத்தகங்கள். ஒன்று இட்டாலியோ கால்வினோ மற்றது வாலஸ் ஸ்டீவன்ஸ் கவிதைகள்.

'எப்படி ஒரே சமயத்தில் ரெண்டு புஸ்தகம் படிக்கிறே அழகி?'

'ஒரே சமயத்தில் இல்லை. மாத்தி மாத்தி. அப்பப்ப வாலஸ் ஸ்டீவன்ஸ்ன். 'சண்டே மார்னிங்' ஒருமுறை படிச்சே தீரணும். கேக்கறியா? வா காப்பி சாப்பிடலாம். நீ கொடுத்த ஆயிரம் ரூபாய்ல நூத்தம்பது பாக்கியிருக்கு. அவ்வளவு பணம் வெச்சுக் கிட்டு பழக்கமில்லை எனக்கு.'

'உங்கம்மாவுக்கு என்ன?'

'லங்ல எதோ இன்ஃபெக்ஷன், கஷ்டப்படவே பிறந்த ஜன்மம். இல்லைன்னா என்னைப் போய் பெத்தெடுப்பாளா? ப்ளூரசி பேட்ச்ங்கறாங்க, ஆம்பிசிலின் கொடுக்கறாங்க.'

'உங்கம்மாவை நான் சந்திக்கணுமே!'

'சமயம் வரும் இளவரசி.'

'அவங்ககிட்ட என்னைப்பத்திச் சொல்லியிருக்கியா?'

'நிறையவே சொல்லியிருக்கேன்.'

'என்ன சொன்னாங்க?'

'ரீல் விடறேன்னாங்க.'

'என்ன சொன்னே?'

98 ♦ சுஜாதா

'இந்தியாவிலேயே மூணாவது பணக்காரருடைய மகளைக் காதலிக்கிறேன். அவளும் என்னைக் கல்யாணம் பண்ணிக்க விருப்பம் சொல்லியிருக்கான்னு சொன்ன உடனே, பயத்தில் அழ ஆரம்பிச்சுட்டாங்க.'

'ஏன்?'

'தி யூஷுவல் சினிமா டயலாக். 'பெரிய இடத்துப் பொல்லாப் பெல்லாம் நமக்கு வேண்டாம்பா. எனக்கு ஒரே ஒரு மகன் நீ. உங்கப்பா குடிச்சே செத்தார். சித்தப்புங்கள்ளாம் நம்மை கை கழட்டி விட்டுட்டாங்க. உன்னைப் படிக்கவெச்சு ஆளாக் கறதுக்கு, எத்தனை வீட்டில் பாத்திரம் துலக்கியிருக்கேன், எத்தனை மாவாட்டியிருக்கேன், எத்தனை முறுக்கு சுத்தி யிருக்கேன், எத்தனை அப்பளம் இட்டிருக்கேன், எத்தனை பால் பாக்கெட் சப்ளை பண்ணி, எத்தனை பத்திரிகை போட்டிருக் கேன், எத்தனை ஊறுகா பாட்டில் வித்திருக்கேன், எத்தனை முறை மஞ்சள் துணியோட முயல் பொம்மை விக்க ட்ராபிக்ல உன்னைக் கைல பிடிச்சுக்கிட்டு, கார்ல போறவங்ககிட்ட வாங்கிக் கங்கன்னு கெஞ்சியிருக்கேன். பிச்சை எடுக்கறதைத் தவிர மத்த தெல்லாம் பண்ணியாச்சு. உன்னை வளத்தாச்சு. இப்ப இழக்க விரும்பலை'ன்னாங்க.'

மஞ்சரியின் கண்களில் வழிந்த ஒற்றைக் கண்ணீர்த்துளியை மிகமிக பத்திரமாக ஒரு விரல் நுனியில் வாங்கி அதை ஆராய்ந் தான். சட்டென்று அதை நாக்கில் தொட்டுக் கொண்டான்.

'அனுதாபம் கலந்த கண்ணீர் தித்திக்குது.'

'உங்கம்மாவை நான் பார்த்தே ஆகணும். அவங்க முன்னாலேயே நம்ம கல்யாணத்தை வச்சிக்கிடலாம். அதுபோதும். வீட்ல ரொம்ப தொந்தரவு செய்யறாங்க. ஏதோ ஒரு பலவீனமான கணத்தில் சம்மதிச்சுருவேனோன்னு பயமா இருக்கு அழகி.'

அழகேசன் தீர்மானமாகவே இருந்தான்.

'நோ வே!'

'ஏன்?'

'உன்னை நான் திருட்டுக் கல்யாணம் செய்துக்க விரும்பலை. அப்பாவைக் கேட்டுப் பாரு. சம்மதிச்சா சந்தோஷம்.'

‘சம்மதிக்கலைன்னா...’

‘காத்திருக்கேன். வரட்டுமா, 23பி வந்துருச்சு. சிக்னல்ல எறங்கி நடந்து போயிருவேன்.’

அதே சமயம் வீட்டில் ஒரு மகாநாடே நடந்துகொண்டிருந்தது. பாலா, நாகரத்தினம், விஜி, சரவணன், கல்யாணி, மரகதம் நாகரத்தினத்தின் இரண்டு பெண்கள் அமிர்தா, ரோகிணி.

‘சரவணன், விஜி ரெண்டுபேர்ல யாரையாவது கல்யாணம் கட்டிக்கன்னு எதுக்கு சொல்றோம்? சொத்து குடும்பத்தை விட்டுப் போகாம இருக்கறதுக்குத்தானே?’

பாலா அமெரிக்காவுடன் பேசிக்கொண்டிருந்தார். அங்கிருந்து ஒரு மருந்தை அனுப்ப ஏற்பாடு செய்துகொண்டிருந்தார்.

‘அந்தப் பையன்கூட இத்தனைநாள் சுத்தியிருக்கா, உங்களுக்குத் தெரியவே தெரியாதா?’

‘ராங்கிபுடிச்ச கழுதைங்க’ என்றான் சரவணன்.

‘அப்படியில்லை, மஞ்சு இஸ் எ வெரி நைஸ் கர்ள்’ என்றான் விஜி.

‘அக்காவை லூஸ்தனமா ஏதாவது சொல்லாதிங்கப்பா’ என்றாள் ரோகிணி.

‘சும்மாரு, உனக்குத் தெரியாது. நீ மட்டும் இந்தமாதிரி காதல் கீதல்னு ஆரம்பிச்சே, வெட்டிப் போட்ருவேன்!’

‘எனக்கேதுப்பா காதல்? பயாலஜி சிலபஸ் கொடுக்கற தலைவலி போதாதா?’

‘எல்லாத்துக்கும் வெட்டு குத்தைத் தவிர உங்களுக்கு ஏதும் தெரியாது’ என்றாள் கல்யாணி.

‘இந்த வீட்டில பொம்பளைங்க ராஜ்யம் சாஸ்தியாயிருச்சு. குடும்ப கௌரதை காத்துல பறக்குது. மரகதம், கேட்டுக்கங்க. கம்பெனி ஷேருங்கள்ள பெரிய பகுதி மஞ்சரி பேர்ல இருக்கு. அதை எழுதிக் கொடுத்துட்டு எந்தக் கழுதையை வேணா கட்டிக்கட்டும்.’

‘அப்படியே செய்துறலாம்.’

‘அந்தப் பொண்ணு சம்மதிக்குங்கறீங்க?’

‘கேட்டுப் பார்க்கலாம். சம்மதிக்க வைக்கலாம்.’

‘அந்த அளகேசு கையைக் காலை வெட்டிப் போட்டுறலாம்ப்பா?’

‘தேவையில்லை.’

பாலா போனை வைத்துவிட்டு ‘என்ன தீர்மானிச்சீங்க நாகு?’

‘டாக்டர், அழகேசனைத்தான் அந்தப் பொண்ணு கட்டிக்க விருப்பம்னா, சம்மதிக்கிறதுன்னு முடிவு பண்ணிட்டம்.’

‘பரவால்லையே, பரந்த மனசு!’

‘அதுக்கு பதிலா மஞ்சரி தன் பேர்ல உள்ள ஷேருங்களை நமக்கு எழுதிக் கொடுத்துறணும். அப்பப் பார்க்கலாம் காதல் உண்மை யான்னு.’

‘அழகேசன் விசயம் பெரியவருக்குத் தெரியுமா?’ என்றாள் மரகதம்.

‘இன்னும் சொல்லலை.’

‘ஆபீஸ்லதான் இருக்கார்.’

பாலாவின் முகம் கோபத்தால் சுருங்கியது.

‘படிச்சுப் படிச்சு சொன்னேங்க. நான் என்ன பைத்தியக்காரனா? அஞ்சு ஆபரேசனைத் தள்ளிப் போட்டுட்டு, கிடைச்ச ப்ளேனைப் புடிச்சுட்டு வந்திருக்கேன். அவர் இப்படி ஆபீசை விட்டு நகராம பிடிவாதம் புடிச்சா எப்படி? இவரைக் கைது பண்ணியாவது ஆஸ்பத்திரிக்கு வலுக்கட்டாயமா அழைச்சுட்டுப் போவணும்னு தோணுது.’

‘வாம்மா மஞ்சரி! உனக்கு ஒரு நல்ல சேதி’ என்றார் நாகரத்தினம்.

16

ஹாலில் அனைவரும் மௌனமாக நாகரத்தினத்தை ஒத்திகை செய்துவைத்ததுபோலப் பார்த்துக்கொண்டிருக்க, மஞ்சரி 'என்ன நல்ல சேதி மாமா, அண்யாவுக்கு குணமாயிருச்சா?' என்றாள்.

'அந்தப் பையனை நீ விரும்பறதாக் கேள்விப்பட்டோம். விஜிகூட சொன்னான். பேரு என்ன சபேசனா?'

'அழகேசன்.'

'ஆ... அழகேசன், சலூன் வச்சிருக்கானா?'

'இல்லை' என்றாள் கோபத்தை அடக்கிக்கொண்டு.

'இல்லை, என்ன வேலைல இருக்கான்னு தெரிஞ்சுக்கலாமே...'

'உங்களுக்குத்தான் அவன் சரித்திரமே தெரியுமே, ஃபைலே வச்சிருக்கீங்களே?'

'அவன் என்ன வேலைல இருந்தா என்ன மாப்பிள்ளை? புளியங்கொம்பாப் புடிச்சுட்டான். எங்கிட்ட ஒரு வார்த்தை சொன்னியா மஞ்சு? சின்ன மாப்பிள்ளைய நிச்சயதார்த்தத்துக்கு வரச் சொல்லிட்டு எங்களையெல்லாம் அவமானப்படுத்திட்டியே' என்றாள் மரகதம்.

‘அம்...மா, நானா வரச் சொன்னேன்? எப்பவாவது சரவணனைக் கட்டிக்கிறேன்னு சொல்லிருக்கேனா?’

‘ஏன், சரவணனுக்கு என்னவாம் குறை?’

‘இப்பல்லாம் இத்தனை கிட்ட உறவில் கல்யாணம் கட்டிக்கறது நல்லதில்லைன்னு டாக்டர்ங்களே சொல்லிருக்காங்கம்மா. பாலா மாமா சொல்லுங்க.’

‘மஞ்சு, என்னைப் போய் விரோதியா நெனைச்சிட்டியேன்னு தான் ஆதங்கமா இருக்குது. அவருக்கும் உடம்பு சரியில்லாம, நீயும் படுத்தினா நான் என்ன செய்வேன்?’

‘அவனுக்கு ஏதாவது அட்ரஸ்னு உண்டா? இல்லை ஃப்ளாட் பாரம்தானா?’

‘நீங்கள்லாம் இந்த மாதிரி நக்கலாப் பேசறது எனக்குப் பிடிக்கவே இல்ல.’

நாகரத்தினம் குறுக்கிட்டார். ‘பாரு, அவனை நீ கல்யாணம் கட்டிக்கிறதுக்கு எங்களால வில்லங்கம் இல்லை. உன் இஷ்டம். நீ மேஜரான பொண்ணு. உன்னைக் கட்டாயப்படுத்த முடியாது. செஞ்சுக்க... ஆனா உன் பேர்ல கம்பெனி ஷேர்கள் நெறையவே இருக்கு. நீ குடும்பத்தை விட்டு வெளியபோய், வேற எடத்தில கல்யாணம் கட்டிக்கணுங்கறே. சந்தோசமா கல்யாணம் செய்து கொடுக்கறோம். அந்தப் பையனுக்கும் தேவைப்பட்டா, ஒரு நல்ல வேலை போட்டுக் கொடுக்கறோம்.’

‘மாமா, அதுக்கு நான் என்ன செய்யணும்? எங்கிட்ட எந்தக் காகிதமும் கிடையாது.’

‘எல்லாம் டி-மேட்ல இருக்கு. ஒரு ஆத்தரைசேஷன் லெட்டர்ல, உன் ஷேர்களையெல்லாம் எங்க பேருக்கு மாத்திக் கொடுத் தாகணும். ஒரு கையெழுத்து போட்டாப் போதும்.’

‘போட்டா?’

‘சொன்னேனே. அதுக்கு ஈடாக் கல்யாணம். பிரமாதமா செய்து கொடுப்போம். நிறைய நகைங்க, வெள்ளிப்பாத்திரம், பட்டுப் புடைவை, சீர்வரிசை, உங்க பேர்ல திருவான்மியூர்ல ஃப்ளாட்டு, ஆளுக்கு ஒரு காரு, என்ன சொல்றே?’ என்றார் நாகரத்தினம்

மஞ்சரி தன் சுற்றத்தின் முகங்களைக் கவனமாக ஒவ்வொன்றாகப் பார்த்து, 'விஜி, இஸ் திஸ் ட்ரூ?' என்றாள்.

விஜி தோளைக் குலுக்கினான். 'ஐ டோன்ட் கேர். இட்ஸ் யுர் லைஃப். உன் தீர்மானம்.'

'நீ என்ன சொல்றே சரு?'

'நானும் யோசிச்சிப் பார்த்தேன். விருப்பமில்லாம கட்டிக்கிறது அர்த்தமில்லைங்கோ, நானே தயக்கமாத்தான் சொன்னேன். எனக்கு ஒரு படத்தில வேற நடிச்சாவணும்' என்றான் சரவணன்.

'ஏய் சரு, என்ன சொல்றே? யார் புரொட்யூசர்?' என்றான் விஜி.

'அப்பாதான். வேற யாரு? பம்பாய்லருந்து லாரா தத்தாகிட்ட பேசிக்கிட்டிருக்காங்க. இல்லை பிபாசா. எழில் இரதன்னு புது இளம் இயக்குனரு.'

'நீங்க என்ன சொல்றீங்க மாமா?' என்றாள் பாலாவை நோக்கி.

'லுக் மஞ்சரி, அந்தப் பையனைச் சந்திக்காம நான் ஏதும் சொல்ற துக்கில்லை. ஆனா இப்ப முக்கியம் சேர்மனுடைய இதயம்.'

'அண்யாவுக்கு இதெல்லாம் தெரியாதில்லை?'

'தெரியாது.'

'அவர்கிட்ட சொல்லாம எப்படி நான் கல்யாணம் செய்துக்க முடியும்? இம்பாசிபிள்.'

'அவர் உடல்நிலையில் இதை நாசூக்காத் தெரிவிக்கணும். அதை பாலா பாத்துப்பார். அதுக்கு முன்னாடி இந்த ஷேர் மேட்டரைத் தீர்மானிக்கணும்.'

'எங்கிட்ட எவ்வளவு ஷேர் இருக்குதுன்னே எனக்குத் தெரியாது மாமா.'

'எனக்குத் தெரியும். முப்பது பர்சென்ட்.'

'அது ஜாஸ்தியா?'

'ஒரு தனி ஆளுக்கு ரொம்ப ஜாஸ்திதான். பத்து பர்சென்ட் இருந் தாலே நீ ஒரு இ.ஜி.எம்.மைக் கூப்பிட்டு போர்டைக் கலைச்சு

உனக்குத் தெரிஞ்ச ஆளுங்களை நியமிக்க முடியும். எல்லா டைரக்டர்களையும் பதவி நீக்கம் செய்ய முடியும். அந்த அளவுக்கு உன் ஒருத்திகிட்ட ஷேர்கள் இருக்கு. குடும்பத்தில் மத்தப் பேர் யாருக்கும் ஏனோ அத்தனை கொடுக்கலை சேர்மன்.'

'எனக்கு நீங்க சொல்றது எதுவுமே புரியலை.'

'இது புரியுதில்லையா? ஷேரை மாத்திக் கையெழுத்து போட்டுக் கொடுத்தா, உன் கல்யாணத்துக்கு சம்மதம்ங்கறது...'

'அது புரியுது. எதுக்கும் நான் அழகியை ஒரு வார்த்தை கேட்டுச் சொலறேன். இல்லை, அண்யாவையே கேட்டுர்றேன்.'

'வேண்டாம்... வேண்டாம்' என்றார்கள் அவசரமாக.

'அழகேசன் கையெழுத்து போடாதேன்னு சொன்னா என்ன அர்த்தம் தெரியுமா?'

'என்ன?'

'உன் ஷேருக்காகத்தான் அவன் உன் பின்னால அலையறான்னு.'

'சேச்சே, அப்படியில்லை.'

அப்போது போர்டிகோவில் மௌனமாக பி.எம்.டபிள்யு கார் வந்து நிற்க, ராகவேந்தர் மெல்ல இறங்கி, டிரைவர் பிடித்துக் கொள்ள முற்பட, அவனை, 'விடுறா, எனக்கு எதுவும் இல்லை' என்று உதவியை ஒதுக்கி, தடுமாறி வெளியே வந்தார். சற்று ஆசுவாசப் படுத்திக் கொண்டார். மேல்மூச்சு வாங்கியது. வாசலில் இருந்த ஊஞ்சலில் உட்கார்ந்து ஒரு மாத்திரையை நாக்கின் கீழ் அடக்கிக் கொண்டார். பாலா அருகே சென்று அவரை அணைத்துக்கொண்டு அழைத்து வந்து திவானில் உட்கார வைத்தார்.

'மாப்ளை, ஏதாவது செய்தே ஆகணும், பத்து வார்த்தை பேசறதுக்குள்ள தாடைல வலி, தோள்பட்டை வலி. நேத்தை விட இன்னைக்கு அதிகமாயிருச்சு, என்ன... எல்லாரும் மந்த்ரா லோசனை பண்ணிகிட்டிருக்கீங்க? கிழவன் போயிட்டா எப்படி சொத்தைப் பிரிச்சிக்கறதுன்னா?'

மரகதம், 'அப்படியெல்லாம் பேசாதீங்க. யாரும் சாவப் போற தில்லை.'

'மஞ்சு, கிட்ட வா, அண்யாவுக்கு மார்ல தடவிக்கொடு.'

'என்ன பண்ணுது உங்களுக்கு அண்யா?' என்று தடவிக் கொடுத்தாள்.

அவளைத் தன்பால் இழுத்து அணைத்துக்கொண்டு, நெற்றியில் முத்தம் கொடுத்தபோது, அத்தனைபேரும் சங்கடமாகப் பார்த்துக் கொண்டார்கள். 'நீ தொட்ட உடனே சரியாய்டுச்சு.'

'பாலா ரிப்பேர் பண்ணிருவில்ல' என்றார் பரிதாபமாக.

'அதுக்காகத்தான் அமெரிக்காவிலிருந்து வந்திருக்கேன்.'

இரண்டு வார்த்தை பேசுவதற்குள் அவருக்கு வியர்த்து ஊற்றியது. ஏசியை பெரிது பண்ணச் சொன்னார்.

'மாமா, நீங்க ஆபீஸ்ல ரொம்ப உணர்ச்சிவசப்பட்டிருக்கீங்க. அதனாலதான் இந்த இரைப்பும் களைப்பும்.'

'என்ன செய்யணும் சொல்? என்ன சிகிச்சை?'

'ஆபரேஷன் பண்ணணும்னுதான் அபிப்ராயப்படறோம் மாமா' என்றார் பாலா.

'ஆபரேஷன் பண்ணித்தான் ஆவணுமா மாப்பிள்ளை? இதுக்கு ஓமியோபதில நல்ல நிவாரணம் இருக்குங்கறாங்க' என்றார் நாகரத்தினம்.

'முட்டாள்தனமா பேசாத. எப்பவுமே இந்த நாகரத்தினம் இப்படித் தான். பங்களாதேஷுக்கு இட்லி அரைக்கிற கிரைண்டர் அனுப்பறானாம். இப்பகூட சிரிப்பு வருது' என்றார் ராகவேந்தர்.

'பைபாஸ்ங்கறாங்களே, அதுவா மாமா?' என்றாள் மஞ்சரி.

'இவர் இதயம் இருக்கற நிலையில பைபாஸ்கூட வேலைக் காவாது' என்றார் பாலா.

'பின்ன?'

'ட்ரான்ஸ்ப்ளாண்ட். மாற்று இதயம் வச்சாகணும்.'

'என்ன எளவோ பண்ணித் தொலச்சுடுங்க. பத்தடி நடக்க முடியலை.'

பாலாவின் முகம் மலர்ந்தது. 'இப்பத்தான் உங்களுக்குத் தெளிவு வந்திருக்கு. காலையே மினர்வா போயிடலாம்.'

'எப்பப் பண்ணுவீங்க? அஷ்டமியில வேண்டாம். எனக்கு இதில நம்பிக்கை இல்லை. ஆனா பரமேஸ்வரன் சொன்னார். நல்ல ஆத்மா. இந்த பன்னாடைங்க மாதிரி என் பணத்துக்கு அலையற ஜன்மம் இல்லை.'

நாகரத்தினம், 'என்ன மாமா இப்படிப் பேசறீங்க?'

'தெரியுண்டா எனக்கு. பின்னால பார்கவாவை வெச்சுக்கிட்டு எனக்கு உடம்பு சரியில்லைன்னு அவனை சேர்மன், எம்.டி ஆக்க ஒரு சதி நடக்குது. எல்லாம் தெரியும்டா.'

நாகரத்தினம் மிகவும் அடிபட்ட பார்வையை வரவழைத்துக் கொண்டு 'நீங்க என்ன சொல்றீங்கன்னே...'

'சும்மார்றா, மாப்பிள்ளைக்கான மரியாதை தேவைன்னா, குழி பறிக்காம இரு. எல்லாம் எனக்குத் தெரியும்.'

'மாமா, ஐயர் ஏதோ உங்ககிட்ட இல்லாததும் பொல்லாததும் சொல்லிருக்காரு.'

பாலா, 'இதெல்லாம் ஆபரேஷன் பண்ணிகிட்டு அப்புறம் பேசிக்கலாம்.'

'ஆபரேஷன் பண்ணிக்கிட்டு வந்து உங்க எல்லாரையும் ஒழிச்சுக் கட்டறேனா இல்லையா பாரு. வா கண்ணு, என் மேல நிசமா பாசம் வெச்சிருக்கறது நீயும் பாலாவும்தான். பாலாவுக்கு என் பணம் தேவையில்லை, அதனால. பாலா, எப்ப ஆபரேஷன்?'

'உடனே பண்ணப் போறதில்லை. ஆஸ்பத்திரில அட்மிட் பண்ணி கிட்டு மற்ற டெஸ்ட் எல்லாம் எடுத்துகிட்டு ரிலாக்ஸா இருங்க. டோனர் கிடைக்கிறதுக்குக் காத்திருக்கணும். இந்தியாவில சராசரியா ரெண்டு மாதம் ஆகலாம்ங்கறாங்க, சிலவேளை...'

'பழையபடி ஆயிடுவேனா?'

'நிச்சயம்.'

'மஞ்சு, வா மாடிக்குப் போகலாம்.'

'இனிமே மாடி கிடையாது. இங்கேயே கீழ. பெரிய பெட்ரூம்ல.'

மஞ்சரியைக் கைத்தாங்கலாகப் பிடித்துக்கொண்டு படுக்கை அறைக்குச் சென்றார்.

'மஞ்சு. நீ என்ன சொல்றே? ஆபரேஷன் பண்ணிக்கலாங்கறியா?'

'நிச்சயம் அண்யா.'

'கூட இருக்கியா?'

'உங்களை விட்டு அகலவே மாட்டேன்.'

அவர்கள் அந்த அறைக்குள் சென்றதும், கல்யாணி, 'அம்மா தெரியாமத்தான் கேக்கறேன், இது என்ன மாதிரி உறவு?' என்றாள்.

17

மரகதம் கோபமாகப் பார்த்து, 'என்ன அர்த்தத்துல இந்தப் பைத்தியக்காரக் கேள்வியக் கேக்கற கல்யாணி?' என்றாள்.

'மஞ்சு எங்களுக்கெல்லாம் அத்தை மக. அப்பா வுக்குத் தங்கை மகங்கறதைக் கொஞ்சம் ஞாபகப் படுத்தலாம்னுதான்.'

'சொந்த மக மாதிரிதான் வளர்த்தோம்... இல்லை. நீ வேற என்னவோ விபரீத அர்த்தத்தில் கேக்கறே.'

நாகரத்தினம், 'அத்தை, கல்யாணி கொஞ்சம் கிறுக்கு. இப்படித்தான் பளிச்சுன்னு பேசுவா. மதிக் காதீங்க' என்றார்.

'ஆமா நீங்க ஒருத்தர்தான் இந்த வீட்டில் நேரான ஆசாமி பாருங்க!'

'சரி, சரி நம்ம சண்டையை கோயமுத்தூர்ல போய் வச்சுக்கலாம் கண்ணு.'

அடுத்த அறையில், படுக்கையில் உட்கார்வதற்குள் ராகவேந்தருக்கு மூச்சு திணறியதைக் கவனித்த மஞ்சரி மிகவும் கவலைப்பட்டாள். அவளுக்குத் தாய் தந்தை எல்லாம் அண்யாதான். பாலாவை அழைத்தாள். 'இவ் வளவு வீக்கா அண்யாவைப் பார்த்ததே இல்லை. எனக்குக் கவலையா இருக்குது மாமா.'

‘அவர் ஹார்ட் அத்தனை லோடு வாங்கியிருக்கு மஞ்சரி.’

படுக்கையில் உட்கார்ந்தவர், இருவரையும் அருகே அழைத்தார். வார்த்தைகளை இடைவெளி விட்டு சிரமப்பட்டுப் பேசினார்.

‘மாப்பிள்ளை, லண்டன்ல நீங்க போன் பண்ணப்ப உங்க பேச்சைக் கேட்டிருக்கணும். இப்ப உண்மையைச் சொல்லுங்க. நான் பிழைப்பேனா?’

‘சந்தேகமே இல்லை. நிச்சயம் பழையபடியே உங்களைஆக்கிக் காட்டத்தானே நாங்கள்லாம் இருக்கோம்.’

‘உபசாரத்துக்கு சொல்லாதீங்க... டாக்டராப் பேசுங்க.’

‘இல்லைங்க, மெய்யாலுமே உலகத்தில் ஆயிரக்கணக்கானவங்க இந்த ஆபரேஷன் பண்ணிக்கிட்டு உயிர் வாழ்ந்துக்கிட்டிருக் காங்க. மேயோ கிளினிக்லயே வருஷத்துக்கு சராசரியா இருபத்து நாலு வரைக்கும் பண்ணிருக்காங்க. நான் நாலு செய்திருக்கேன்.’

‘பைபாஸ்ம்பாங்களே அதுவா மாமா?’

‘பைபாஸ் இல்லைம்மா... அது தினம் நாலு செய்யறோம். இவருக்கு ட்ரான்ஸ்ப்ளாண்ட் பண்ணணும்.’

‘அது என்னவோ சீக்கிரம் செய்து தொலைச்சுருங்களேன். நடக்க முடியலை... பேச முடியலையே.’

‘கொஞ்சம் காத்திருக்கணும் மாமா... அதுவரை அலட்டிக்காம இருங்க.’

‘பார்கவா ஆபீஸை அதுக்குள்ள குட்டிச்சுவர் ஆக்கிருவான்.’

‘அதையெல்லாம் முதல்ல மறங்க.’

மஞ்சரி சற்று முகம் வெளிறிப்போயிருந்தாள்.

‘எளிதா செய்யக்கூடிய பைபாஸ் ஆபரேஷன்னு நெனைச்சேன்.’

மரகதம் பால் கொண்டுவந்து கொடுக்க, ‘நான் படுத்துத் தூங்கட் டுமா?’ என்றார் ராகவேந்தர்.

‘நல்லாத் துங்குங்க... நிறையத் தூங்குங்க... ட்ராங்விலைசர் கொடுத்திருக்கோம். நல்லாத் தூக்கம் வரும்.’

'தர்ட் க்வார்ட்டர் ரிசல்ட் வர்றதுக்குள்ள...'

'அடாடாடா அண்யா' என்று சின்னக்குழந்தையைப்போல அதட்டினாள்.

இரவு விஜி தன் நண்பர்களுடன் பார்ட்டிக்குப் போயிருந்தான்.

மஞ்சரியும் டாக்டர் பாலாவும் வராந்தாவில் வந்து உட்கார, உள்ளே நாகரத்தினம் போனில் பேசிக்கொண்டிருந்தார்.

'நம்ம ப்ளானைத் தொடங்கவேண்டியதுதான்.'

பாலா அவனைக் கடந்து செல்லும்போது, 'என்னவோ ப்ளான் போட்டுக்கிட்டு இருக்காரு. நீ இப்ப எதிலயும் கையெழுத்து போடாதே... டோனருக்காகக் காத்திருக்கோம். இந்தியாவில் மாநிலத்துக்கு மாநிலம் சட்டம் வேறுபடுது.'

'டோனர்னா?'

'இருதயத்தை கொடுக்கப்போறவர்.'

'அப்ப அவரு செத்தப்புறமா?.'

'செத்தப்புறம் இதயம் பயன்படாது.'

'சரியாச் சொல்லுங்க.'

'மஞ்சு, சில சமயம் சாலை விபத்துலயோ, தலையில் பலத்த அடிபட்டோ, சில பேர் கோமாவில் போயிருப்பாங்க. நினைவு முழுக்கத் தப்பிவிட்ட நிலையிலிருந்து பல சமயம் நினைவு திரும்பிவரும் மூளையில் ஹிப்போகேம்பஸ்னு ஒரு பகுதி இருக்கு. அதுல அடிபட்டு டேமேஜ் ஆயிருச்சுன்னா அவங்க ஏறக்குறைய ஒரு வெஜிட்டபிள் மாதிரி ஆயிருவாங்க. வெளியில ஆகாரம் கொடுத்து துடைச்சுத் துலக்கி வெச்சா, சும்மா மூச்சு மெஷினா நாள் கணக்குல, வருஷக்கணக்கில்கூட வெச்சிருக்கலாம். ஹார்ட் அடிச்சுக்கிட்டே இருக்கும். இம்மாதிரி சுய நினைவு திரும்பற சாத்தியமே இல்லாத அடிபட்டவங்களை ப்ரெய்ன் டெட்னு சொல்வோம். சுத்துப்பட்டவங்க சம்மதத்தோட அவங்க இருதயத்தை எடுத்து ஆறு மணி நேரத்துக்குள்ள மற்றொரு ஆசாமிக்கு வெச்சுத் தச்சுரலாம். அதனால, சென்னை மாதிரி பெரிய நகரங்களில் சாலை விபத்துகள் நிறைய

ஏற்படறதால, காத்திருந்தா சில வாரங்கள்ல ஒரு ப்ரெய்ன் டெட் கேஸ் வரும். காத்திருக்கப் போறோம். ஒரு நிபுணர் குழு சான்றிதழ் தரணும். அதுக்கப்புறம் அவருடைய தாயோ, தந்தையோ, மனைவியோ சம்மதம் தரணும். அதுக்கப்புறம் ட்ரான்ஸ்ப்ளாண்ட் பண்ணலாம். சில பேர் நல்ல சுயநினைவில் இருக்கும்போது 'எனக்கு இந்த மாதிரி ஏதாவது ஆச்சுன்னா என்னுடைய உறுப்புகளையும் தானம் செய்யறேன்னு சம்மதம் தந்து டோனர் கார்டு வெச்சிருப்பாங்க.

'ஆமா, என் ஃப்ரெண்டு அழகேசன்கூடக் கையெழுத்து போட்டிருக்கான்.'

'அந்த மாதிரி கேஸ்கள்ல உடனே நீக்கிரலாம்.'

'எல்லாருக்கும் எல்லா இதயமும் பொருந்துமா?'

'இல்லை, ரத்த ஏபி டைப் மேட்ச் பண்ணணும். எடை, உயரம் இதைப் பொருத்து பல பொருத்தங்கள் பார்க்கணும்' என்றார்.

அருகே சலசலப்பு கேட்டது. நாகரத்தினம், 'ஒரு சிகரெட் பிடிக்கலாம்னு போயிருந்தேன். வராந்தாவில் நல்ல காத்து' என்றார். 'பாலா, உங்களை ஒண்ணு கேக்கணும். ஏபி மாட்சுன்னா என்ன?'

பாலா அவரைச் சந்தேகத்துடன் பார்த்து, 'நாங்க பேசிட்டிருந்ததை...'

'காதில் பட்டுது.. அப்ப பெரியவருக்கு மாற்று இதயம் வெச்சே ஆகணும்னு சொல்றீங்க.'

'அப்படித்தான்.'

'கவலைப்படாதீங்க. தினம் ஒருத்தன் ஈ.சி ஆர் ரோடு, நேஷனல் ஹைவேஸ்ல அடிபட்டுச் சாவறான். 24 மணி நேரமும் தாம்பரம், கத்திப்பாரா, டோல்கேட் எல்லா இடத்திலயும் நமக்குன்னு தனிப்பட்ட ஆம்புலன்ஸ் ஏற்பாடு செய்து கொண்டுவந்து கையோட ஆபரேஷனுக்கு ஏற்பாடு செய்துடறேன். கவலைப்படாதீங்க. மாமா உயிர், மத்த உயிர்களைவிடப் பத்து மடங்கு மதிப்புள்ளது!'

'எல்லா உயிரும் ஒண்ணுதான் மாமா!'

'உனக்குத் தெரியாது. நம்ம சேர்மன் உயிருக்கு ஆபத்துன்னா, ஒரு பத்து உயிராவது தற்கொலை செய்துக்கும்.'

‘புரியலை.’

‘ஸ்டாக் விழும், நஷ்டமாகும்… பல பேர் சொத்தை இழப்பாங்க.’

‘இந்த ஆங்கிள்ல யோசிச்சதே இல்லை. ஆனா மஞ்சரி சொல்றாப்பல எல்லா உயிரும் ஒண்ணுதான். எல்லா இதயமும் ஒரே மாதிரி பம்ப்தான். மாமாவுக்கு மட்டும் டீலக்ஸ் மாடல் ஏதும் இல்லை.’

‘மஞ்சு, இதை அந்தப் பொறுக்கிகிட்ட சொல்லி வைக்காதே… ஊரெல்லாம் பரப்பிடுவான்.’

‘யாரைப்பத்தி சொல்றீங்க?’

‘அதான் அழ…கேசன்…’

‘பொறுக்கிங்கற வார்த்தை இந்த சமயத்தில் உங்களுக்குத்தான் கச்சிதமாப் பொருந்துது.’

‘கோவிச்சுக்காதே கண்ணு, சும்மா தமாஷ்.’

‘இதெல்லாம் உங்களுக்கு தமாஷ்னா என்னால பரிதாபம்தான் படமுடியும்.’

‘ஏய்! பெரிய பெரிய வார்த்தையெல்லாம் பேசாதே. கையெழுத்து போட்டுட்டு எந்தக் கழுதையை வேணாக் கட்டிக்க.’

பாலா குறுக்கிட்டு, ‘என்ன நாகரத்தினம், இப்ப இந்த அழகேசன் பேச்சு வேண்டாம்னு தீர்மானிச்சமா இல்லயா? ஏன் இந்தப் பெண் மனசைத் துன்புறுத்தறீங்க?’

மஞ்சரி, டாக்டர் பாலாவின் மார்பில் சாய்ந்து கண்ணீர் விட்டாள்.

18

நாகரத்தினம் தீர்மானித்துவிட்டார். தன்னிடமும் தன் மனைவியிடமும் இருந்த இன்சாஃப் பங்கு களை அதன் இன்றைய மதிப்பில் விற்றுவிட்டு ஆப்பர்ச்சூன் சர்விஸஸ் என்ற ஒரு புதிய கம்பெனியைத் தொடங்கக் காத்திருந்தார். மெல்ல சில முக்கியமான ஸ்டாக் ப்ரோக்கர்களிடம் அந்த வதந்தியைப் பரப்பினார்.

'மேத்தா, நாகரத்தினம் பேசறேன்.'

'நாகு சார், ரொம்ப நாளாச்சு பேசி.'

'உங்ககிட்ட ஒரு விசயம் சொல்றேன். யார்கிட்டயும் சொல்ல மாட்டேன்னு சத்தியம் பண்ணிக்கொடு!'

'மேத்தா எப்பவாவது சத்யம் தவறிருக்கானா நாகு சார்' என்றான் அவன். ஒரு நாளைக்கு நாலு சத்தியம் மீறக்கூடிய ஜகஜ்ஜாலப் புரட்டன். பங்குத் தரகன்.

'பெரியவர் எப்படி இருக்கார்?'

'அதைப் பற்றிப் பேசத்தான். ஷெராடன்ல சைனீஸ்ரூம். மத்யானம் வந்துரு!'

மேத்தா இதைக் கேட்டதும் குர்மானி, நரேஷ், சுப்ரமண்யம், ஹரிஷ் போன்றவர்கள் அனை

வருக்கும் போன் செய்தான். இன்சாஃப் ஸ்டாக்கை விற்கத் தயாராக இருக்கச் சொன்னான்.

'மேத்தா என்ன விஷயம்?'

'உள்ளுக்குள்ளேருந்து ஒரு தகவல் வருது!'

'என்ன? பெரிசு பூட்டுதா!'

'ஒண்ணும் சரியாத் தெரியலை. மாப்பிள்ளையை ராத்திரி டின்னர்ல சந்திக்கிறேன். எல்லா ட்ரான்ஸாக்ஷனையும் பொத்தி வச்சுரு...'

இரவு மேத்தாவைச் சந்திப்பதற்குமுன் நாகரத்தினம் தன்னிடமும் தன் மனைவி பேரில் இருந்த பங்குகள் அனைத்தையும் விற் பதற்கு ஏற்பாடு செய்துவிட்டார்.

அந்த ரெஸ்டாரண்டின் அரை இருட்டு மூலையில் மேத்தாவைச் சந்தித்து, 'சத்தியமா யார்கிட்டயும் சொல்ல மாட்டியே!'

'என்ன நாகு சார்?'

'பெரியவர் இன்னும் ஒரு வாரம்கூடத் தாங்க மாட்டார்.'

'இப்பவே ஸ்டாக் சரிஞ்சிட்டிருக்கு... இதோட சேர்த்து களுதை எல்லா ஐடி ஸ்டாக்கையும் இழுக்குது.'

நாகரத்தினத்துக்கு மகிழ்ச்சியாக இருந்தது. 'மேத்தா, இது எங்கக் குடும்பத்தின் பொறுப்பு. முடிஞ்சவரைக்கும் விலையை ஸ்டடி பண்றதுக்கு நாங்களே வாங்கறதாத் தீர்மானிச்சிருக்கோம். இல்லைன்னா அடி மாட்டு விலைக்குப் போயிரும்.'

'ஆப்பர்ச்சூன் சர்விஸஸ் வாங்கிக்கறதாச் சொல்லிருக்கான். வர்ற விலைக்கு வித்துரு. தாமதமே வாண்டாம்' என்றார்.

மேத்தா போனதும் பார்கவாவுக்கு போன் செய்து புன்னகையுடன் பேசினார். 'பார்கவா சாப், அடுத்த சி.எஃப்.ஓ நீங்கதான்... அடுத்த சி.எம்.டி?'

'போங்க, ரொம்பப் புகழாதீங்க!'

மறுநாள் காலை ஷேர் மார்க்கெட் திறந்தபோது இன்சாஃப் பங்குகள் எட்டாயிரம் ஒன்பதாயிரத்தில் இருந்து சரிவடைந்து

எண்ணூறு, அறுநூறு என்று நாள் பூராக் கவிழ, இதனுடன் மற்ற பங்குகளும் சரிவதைக் கண்டு செபி துணுக்குற்றது. வர்த்தகத்தை நிறுத்த உத்தரவிட்டது.

மஞ்சரி இதைப் பற்றி எதும் கவலைப்படாமல் அழகேசனுடன் இன்சாஃப் வரவேற்பறையை அடுத்த சிறிய அறையில் வட்ட மேசைமேல் அவன் கையைப் பற்றிக்கொண்டு தாழ்ந்த குரலில் பேசிக்கொண்டிருந்தாள்.

'ஏய் ஏப்ரல் ஃபூல் பண்றியா?'

'இல்லை அழகி, அவங்க எல்லோருக்கும் சம்மதங்கறாங்க. ஒரே ஒரு கண்டிஷன்தான் போடறாங்க. எங்கிட்ட எங்கப்பா கம்பெனி யோட ஸ்டாக் நிறைய இருக்கு. அதையெல்லாம் மாத்திக் கொடுக்க கையெழுத்து போடு, சந்தோஷமா பிரமாதமா கல்யாணம் செய்து கொடுக்கறோம்ங்கறாங்க. ஃப்ளாட்டு, உனக்கு வேலை, ஆளுக்கொரு கார்.'

'போட்டுக் குடுத்துட்டியா?'

'கேட்டுச் சொல்றேன்னேன்.'

'யார்கிட்ட?'

'உங்கிட்டதான். எனக்கு வேற யார் இருக்கா?'

'பாரு, இது உன் டிசிஷன். அதை என்மேல திணிக்காதே.'

'அப்படியில்லை. என் நிலைமைல இருந்தா நீ என்ன செய்வே?'

'கையெழுத்து போடமாட்டேன்.'

'அவனுக்கு உன்மேல உண்மையான காதல் இருந்தா கையெழுத்து போட்டுக் குடுத்துருன்னுதான் சொல்வான்னாங்க.'

அழகேசன் அவளை ஒரு நிமிஷம் மௌனமாகப் பார்த்தான்.

'உண்மைக் காதலையும் ஸ்டாக் எக்ஸ்சேஞ்சையும் கலக்காதே. எந்தக் கையெழுத்தா இருந்தாலும் எதுக்குப் போடறோம்னு முதல்ல தெரிஞ்சுக்க. உன் பேர்ல இருக்கற ஸ்டாக் மதிப்பு தெரியுமா?'

'தெரியாது. நிறைய்யங்கறாங்க.'

'சுத்தம். உங்கிட்ட ஒரு ப்ளாங்க் செக்கைக் கொடுத்து கையெ ழுத்து போடச் சொல்றாப்பல அது. கொஞ்சம் இரு.'

அடுத்து இருந்த எகனாமிக் டைம்ஸ் செய்தித்தாளை எடுத்து வந்தான். அதில் 'INSOF PLUNGES' என்ற தலைப்புச்செய்தி பெரிய எழுத்தில் முதல் பக்கத்திலேயே இருந்தது.

எட்டாயிரம் ரூபாய் மதிப்பிருந்த பங்குகள் மதியம் இரண் டரைக்குள் எண்ணூறுக்கு வந்து இன்னும் மிக மிக அதிகப்படி விற்பனையால் சரிந்துகொண்டிருப்பதை அறிந்து விற்பனையை நிலைநிறுத்த பல முயற்சிகள் நடைபெறுகின்றன. நிறுவனமே பங்குதாரர்களின் நம்பிக்கையைப் பெற திரும்ப வாங்கிக் கொள்கிறார்கள்.

அழகேசன் விசில் அடித்தான். 'இதில் ஏதோ மர்மம் இருக்கு... உன்கிட்ட இருக்கற ஸ்டாக்கின் மதிப்பு இப்பவே விழுந்து பத்தில் ஒரு பங்கு ஆயிருச்சு?'

'எனக்கு ஒண்ணுமே புரியலை அழகி.'

'ஒண்ணும் புரியலைன்னா சும்மா இரு! பாரு, எனக்கு ஸ்டாக் சமாசாரம் எல்லாம் சரியா தெரியாது. தேவைப்பட்டா தெரிஞ்சுக் கறேன்... ஸ்டாக் எப்படி இருக்கும், கருப்பாசிவப்பா, தெரியாது. ஒரே ஒரு தடவை நாகாலாண்டு லாட்டரி சீட்டு வாங்க நினைச்ச தோடு சரி. அதும் முதல் பரிசு விழுந்தா யார் நாகலாண்டு வரைக் கும் போவாங்கன்னு கடைசி நிமிஷத்தில் மனசு மாறிட்டேன்.'

மஞ்சரி அவனை வெறித்துப் பார்த்து, 'உனக்கு எதுவுமே முக்கிய மில்லையா?'

'இருக்கு. ஒரே ஒரு விஷயம். உன் கண் ஓரத்தில் தெரியற கண்ணீர் முத்து...'

'ஹைக்கூவா? சொல்லுடா!'

'ஒரு வாரம் பேனா, பால்பாயிண்ட் எதையும் தொடாதே. எதிலயும் கையெழுத்து போடாதே.'

'கையெழுத்து போட்டாத்தான் கல்யாணம்ங்கறாங்க.'

'கேனத்தனமா இருக்குது. நீ முதல்ல எங்கம்மாவைச் சந்திக்கணும். நான் உங்கப்பாவை... அதன்பிறகு மூத்தவர்

உள்ளம் துறந்தவன் ♦ 117

சம்மதத்துடன் மணமுடிப்போம். ஆமா உண்மை நிலை என்ன? உங்க அப்பா, எப்படி இருக்கார்?'

'அவருக்கு மாற்று இதயம் பொருத்தினாப் பிழைச்சுக்குவாராம். எங்க அமெரிக்க மாப்பிள்ளை சொல்றார். அதுக்குத்தான் வந்திருக்கார்.'

'அதுக்கு டோனர் ஹார்ட்டுக்கு காத்திருக்கார்போல.'

'ஆமா.'

'Your decision is easy. பெரியவர் சுகமாகி வந்தப்புறம்தான் நம்ம கல்யாணம்.'

'வரலைன்னா?'

'துக்க நேரம் முடிஞ்சப்புறம். பயப்படாத கண்ணு.'

'உங்கம்மாவைப் பார்க்கப் போகலாமா?'

'அதுக்கு இப்ப அவசரமில்லாம போயிருச்சு.'

'இல்லை, நான் அவங்களைப் பார்த்தாகணும்.'

'கார்ல வேண்டாமே? எங்கம்மா காரைப் பார்த்தா பயந்துக்கும்.'

'கொஞ்சம் தூரம் தள்ளி நிறுத்தி நடந்து போகலாம்...'

பழைய மாமல்லபுரம் ரோடில் ரொம்ப நாளாக ரிப்பேர் நடந்து கொண்டிருந்ததால் சாலை மேடுபள்ளமாக இருந்தாலும் அந்த மேலைநாட்டு கார் உள்ளே உட்கார்ந்திருப்பவர்களுக்கு அதை அறிவிக்கவில்லை. காஸெட்டிலோ ரேடியோவிலோ 'மலர்களே மலர்களே' ஒலித்தது. எனக்குப் பிடிச்ச பாட்டு. நல்ல சகுனம்தான்' என்றான் அழகேசன். 'ஸிடி முழுக்க உங்களுக்கு பிடிச்ச பாட்டா பதிவு பண்ணிருக்குங்க' என்றார் டிரைவர்.

'என்ன பாஸ்கர், போட்டு உடைச்சுட்டியே.'

தரமணிக்குப் போகும் திருப்பமும் நெடுஞ்சாலையும் சேரும் இடத்தில் அகழ்வாராய்ச்சி நடந்துகொண்டிருக்க இருபுறமும் சென்னை அவசரப்பட டிராஃபிக் ஸ்தம்பித்திருந்தது.

'கொஞ்ச தூரம்தான். வா நடந்துரலாம்.'

வீராணம் குழாய்களில் அம்மா, கலைஞர், தளபதி, புரட்சிக் கலைஞர், சுப்ரீம் ஸ்டார் என்றெல்லாம் பெரிய அக்ரிலிக் பெயிண்ட் செலவழித்து அழகாக எழுதப்பட்டிருந்தது. அந்தப் பெரிய வீராணம் குழாய்களில் ஒன்றின்முன் அழகேசன் நின்றான். உள்ளே விறகு அடுப்பு எரிந்துகொண்டு பானையில் சோறு கொதித்துக்கொண்டிருக்க, அழகேசன் 'அம்மா, அந்தப் பொண்ணை கூட்டியாந்திருக்கேன்' என்றான்.

19

அந்தச் சிறிய வீட்டில் ஸ்டவ், அலுமினியப் பாத்திரங்களுடன் ஒரு பதினாலு இஞ்ச் டிவிகூட இருந்தது. 'அம்மாவுக்கு 'மெட்டி ஒலி' பார்க்கலைன்னா ஹைப்பர்வெண்டிலேட் ஆய்டும்.'

அழகேசனின் தாயைப் பார்த்த உடனே மஞ்சரிக்குப் பிடித்து விட்டது. மகனின் முகச்சாயலின், பேச்சு, தோரணைகளின் ஆதாரங்கள் உடனே புலப்பட்டன.

'அம்மா, இதுதான் மஞ்சரி, நான் சொன்னேன்ல.' அவள் தன் கையைத் துடைத்துக்கொண்டு முகத்தின் வியர்வையைத் துடைத்துக்கொண்டு, 'வா புள்ள, கொஞ்சம் இரு, பக்கத்து வீட்லருந்து நாற்காலி வாங்கிக்கிட்டு ஓடியாந்துர்றேன்.'

'அம்மா, உக்காந்து பேச நேரமில்லை. 'உங்கம்மாவைப் பார்க்கணும், காட்டு'ன்னாங்க. கூட்டியாந்துட்டேன்.'

'உங்க மகனை நல்லா வளத்திருக்கீங்கம்மா.'

'என்ன புள்ளை, பெரிய பேச்சு பேசுதே? அவன் தானா வளந்தான். எனக்குச் செலவு வெக்காம. எல்லாம் அதென்ன சொல்வாங்க...'

'மெரிட்... மெரிட்...'

'அதுலயே படிச்சான். படிக்கறப்பவே எனக்கு உதவியா சில்லறை வேலை ஏராளமாச் செய்வான். பேப்பர் போடுவான். பால் பாக்கெட் போடுவான்.'

'நீங்களும் நிறையக் கஷ்டப்பட்டிருங்கீங்கம்மா. அழகி சொன்னார்.'

'அப்படியா சொன்னான்? எங்கிட்டச் சொன்னதே இல்லையே!' என்று அவனை வாஞ்சையுடன் பார்த்தாள்.

'அம்மா, இந்தப் பொண்ணு ரொம்ப ரொம்ப பணக்காரப் பொண்ணு.'

'உடம்பு பளபளப்பிலேயே தெரியுது.'

'என்னைக் கல்யாணம் கட்டிக்கிறேன்னுது. நீ என்ன சொல் றேம்மா?'

'நான் என்ன சொல்ல! நான் ஏதாவது சொல்லி நீ கேட்டிருக்கியா? இவங்கப்பாகிட்ட குடிக்காதேன்னு சொன்னேன். கேக்கல. இவன் கிட்டப் படிக்காதன்னு சொன்னேன். இவனும் கேக்கல.'

'உங்கம்மாவும் பொயட்ரி எழுதுவாங்களா?'

'சகவாசம்! யு டோண்ட் நோ ஹர்! டென்த் வரைக்கும் படிச் சிருக்கா. அம்மா அந்த 'கண்ணென்ன கண்ணே' சிலப்பதிகாரம் பாட்டை அவுத்துவிடு.'

'போடா.'

'இந்த வயசிலகூட வெக்கப்படறா பாரு!'

'பாரு புள்ளை, உன்னைத் தொட்டுப் பாக்கட்டுமா? நாங்கள்ளாம் உங்களைத் தொடலாமா?'

'என்னம்மா, அப்படிச் சொல்றீங்க?' என்று அவளை அணைத்துக் கொண்டாள்.

'உங்கப்பா அம்மாகிட்ட சொல்லிட்டியா?'

'அவங்க இல்லை. சின்ன வயசில கார் ஆக்ஸிடெண்ட்ல எறந்துட்டாங்க.'

உள்ளம் துறந்தவன் ◆ 121

‘அடப் பாவமே! யார் வளத்தாங்க உன்னை?’

‘எங்கம்மாவுடைய அண்ணன். அவங்களுக்கு ரெண்டு மகளுங்க. மூணாவது மகளா நான்!’

‘அவங்களுக்கெல்லாம் கல்யாணம் ஆயிருச்சா?’

சிரித்து, ‘அவங்க என்னைவிட ரொம்ப மூத்தவங்க. அவங்களுக்கு மகன், மகள் எல்லாம் என் வயசில இருக்காங்க.’

‘முறை மாப்பிள்ளைங்க, அத்தை மவனுங்க ரெண்டு பேர். ஒருத்தன் அமெரிக்காவில, ஒருத்தன் கோவையில. அத்தை மகன்களை விட்டுட்டு, தொத்தையைக் கட்டிக்க ஒத்தைக் கால்ல நிக்கறா! இதாம்மா கதைச் சுருக்கம்!’

‘சரியா யோசிச்சுப் பாத்தியாம்மா? குடும்பத்தை விரோதிச்சுக் காதம்மா. பிற்பாடு ரொம்பக் கஷ்டப்படுவே. ஒரு கல்யாணம் கார்த்திக்கு பொறந்த வீட்டுக்கு... நான் பொறந்த வூட்டு சனத்தை வுட்டு ஓடிவந்து குடிகாரனைக் கட்டிக்கிட்டு எல்லாத்தையும் இழந்து இப்ப வீராணம் குழாய்க்குள்ள ஒதுங்கிருக்கேன். என்ன வேஷ்ட்டு ஜன்மம்...’

‘ஒரு அருமையான மகனைப் பெத்திருக்கீங்களே!’

‘என்னையா சொல்றே!’

‘சூதுவாது தெரியாதவன்... பொய் சொல்ல மாட்டான். எல்லா நல்ல காரியத்துக்கும் தலையைக் குடுப்பான். தப்புதண்டா கிடையாது.’

‘தெரியும்ங்க.’

‘உங்க வீட்டில சம்மதம்னா எனக்கும் சம்மதம்மா.’

‘அவங்க சம்மதிக்கிறாங்க. ஒரு கண்டிசன் போடறாங்கம்மா. சொத்துரிமை அத்தனையும் விட்டுக் குடுத்துரணும்ங்கறாங்க.’

மஞ்சரி அவளை ஆர்வத்துடன் பார்த்து, ‘அம்மா நீங்க என்ன சொல்றீங்க?’

‘பணம் பழகிடுச்சுன்னா விட்டுக் குடுக்கறது கஷ்டமா இருக்கும். ஏழ்மை பரவால்லைன்னா, சந்தோசம். முக்கியம்னா

வுட்டுரலாம். பணத்தை வுட்டாலும் உறவை வுட்டுறாதே. இவன் உன்னை நல்லா வச்சுப்பான். அதுக்கு நான் உத்தரவாதம்.'

'அம்மா! அது பிரச்னையே இல்லை! இவதான் என்னை நல்லா வச்சுக்கணும். கொஞ்சம் வெளிய வந்து எட்டிப் பாரு.'

சாலையில் சற்று தூரத்தில் டிரைவர் பவ்யமாகக் காத்திருக்க, நிற்கும் பி.எம்.டபிள்யு காரைக் காட்டினான்.

'இது எனக்கு சீதனம்!'

'ஆத்தாடி!'

திரும்பிச் செல்லும்போது, 'எங்கம்மா எப்படி இருக்காங்க?'

'எங்கம்மா மாதிரி. எனக்கு ஞாபகம் இல்லை. ரொம்பச் சின்ன வயசு. ஒண்ணு ரெண்டு போட்டோவைப் பார்த்து இப்படி இப்படி இருப்பாங்கன்னு கற்பனை பண்ணிக்கிட்டிருந்தேன். முகம் பதியவே இல்லை. இன்னிக்குப் பதிஞ்சிருச்சு. நான் தீர்மானிச்சுட்டேன். கையெழுத்து போடறதா!'

'எகய்ன், இட்ஸ் யுவர் டெஸிஷன்' என்றான்.

டாக்டர் பாலா சென்னையில் மாற்று இதயம் பொருத்த டாக்டர் ராவ், டாக்டர் செரியன் போன்றவர்களிடம் பேசினார். வருஷத்துக்கு இந்தியாவில் 70,000 சாலை விபத்துகளில் மக்கள் இறந்துபோகிறார்கள். அதில் ப்ரெய்ன் டெட் வகை ஆயிரக் கணக்கில் இருக்கும். இரண்டு சென்டர்களில் செய்திருக்கிறோம். மேலை நாடுகளில்போல எண்ணிக்கை அதிகம் இல்லை. கவர்மெண்ட் டாக்டர்கள், குறிப்பாக நியுரோ சர்ஜன்களிடமிருந்து சர்ட்டிபிகேட் பெறவேண்டும். முதல் வருஷத்தைப் பாதிப்பேர் தாண்டிவிடுகிறார்கள், மற்ற சிக்கல்கள் எதும் இல்லையெனில். குறிப்பாக மாற்று இதயம் தருபவரின் உயரம் பருமன் இரண்டும் முக்கியம். இதைப் பொருத்தம் பார்க்காமல் செய்ததில் நிறையத் தவறியிருக்கிறோம்.'

'ராகவேந்தருக்கு வேறு மார்க்கம் எதும் இல்லை, செய்தே ஆகவேண்டும். இரண்டு மாதம்கூடத் தாங்குவாரா என்பது சந்தேகம்' என்றார் பாலா.

'வயசு அறுபதுக்குக் கீழ்தானே?'

‘ஆம்.’

‘செய்யலாம்.’

பேசிக்கொண்டிருக்கும்போதே மினர்வாவிலிருந்து போன் வந்தது. ஈ.சி.ஆர் சாலையில் ஒரு விபத்தில் கணவன் மனைவி இருவரும் மாருதியில் சென்றுகொண்டிருக்கும்போது லாரி மோதி மனைவி ஸ்பாட் டெட். கணவன் உயிருக்குப் போராடிக் கொண்டிருக்கிறான். உடனே ராகவேந்தரிடம் சென்று, ‘மாமா, புறப்படுங்க... வேளை வந்துருச்சு!’ என்றார் பாலா.

மஞ்சரி அழகேசனையும் அவன் தாயையும், டி.டி.கே ரோடில் இருந்த ஒரு நட்சத்திர ஓட்டலுக்கு அழைத்துச் சென்றாள். அதில் ரிசப்ஷனில் இருந்தவர்கள் மஞ்சரியை அடையாளம் கண்டு கொண்டு அதிகப்படி இன்முகத்துடன் வரவேற்று ரெஸ்டா ரண்டில் உட்கார வைத்தார்கள். வெள்ளித்தட்டில் இலை போட்டு, குட்டி குட்டித் தோசைகள், பணியாரம், அசட்டுத் தித்திப்பாக வாழைப்பழ சமாசாரம் ஒன்று, இதையெல்லாம் முதலில் வைத்துவிட்டு பன்னிரண்டு வெள்ளிக் கிண்ணங்களில் உள்ள அத்தனை காய் வகைகள், பொறியல், அவியல் என்று ஒவ்வொன்றாகக் கொண்டுவைக்க...

‘ஆத்தாடி! தினம் இப்படி சாப்ட்டா உடம்பு என்னத்துக்கு ஆகும்?’

‘அதான் பாக்கறியே’ என்று எதிர் சீட்டில் உட்கார்ந்திருந்த குண்டு தம்பதிகளையும் குண்டுப் பையனையும் காட்டினான்.

‘தங்கற ஓட்டலா இது?’

‘ஆமாம்மா.’

‘ஒருநாளைக்கு எத்தனை ரூபா?’

‘இருக்கும், எட்டாயிரம்!’

‘ஆத்தாடி! எனக்கு ஒரு வருசத்துக்குக்கூட அத்தனை கிடைக் காதே. இதுக்கெல்லாம் யார் காசு கொடுப்பாங்க?’

‘ஓட்டலே இவங்களுதும்மா!’

மஞ்சரி, ‘புறப்படறதுக்கு முந்தி அம்மாவுக்கு இந்த தங்கற ரூம் எப்படி இருக்கும்னு காட்டிரலாம்.’

‘பாக்கறீங்களா அம்மா?’

மேனேஜரைக் கூப்பிட்டு, ‘விச் இஸ் யுவர் பெஸ்ட் ரூம்?’

‘ப்ரைடல் ஸ்வீட், இன் தி டாப் ஃப்ளோர் மேடம்.’

‘வாண்டு டு ஸி.’

‘எஸ் மேடம். உங்களுக்கில்லாமலா?’

மௌனமாக உறுத்தாத சங்கீதத்துடன் லிஃப்ட் பத்து மாடியை பத்து செகண்டில் அடைய மெத்தென்ற கம்பளத்தில் நடந்து அந்த அறையைத் திறந்து காட்டினார்கள். உள்ளே ஒரு முன்னறை, இரண்டு படுக்கை அறை, ஒரு பால்கனி, சிட் அவுட் என்று.

‘இதில் எத்தனை பேர் தங்குவாங்க?’

‘ஒரு ஆள்! மிஞ்சிப் போனா ரெண்டு பேர்!’

திரைச்சீலையைத் திறந்ததும் சென்னை, ‘என்னைப் பார், இந்த உயரத்தில்தான் நான் அழகு’ என்றது.

‘அம்மா பேர் என்ன அழகி?’

‘பேர் சொல்லும்மா.’

‘மீனாட்சி.’

தொட்டுப் பார்த்து ஒரு விளிம்பில் உட்கார்ந்தாள். ‘அழகேசா என்னை எழுப்பிர்றா. எல்லாம் ஒரு மாதிரி இருக்குது.’

‘அம்மா, நீ வூட்டுக்குப் போயிரு. நான் சாயங்காலம் வந்து சந்திக்கிறேன்.’

அவள் போனதும் மஞ்சரியிடம், ‘கம்! லெட்ஸ் ஹேவ் செக்ஸ்’ என்றான்.

‘ஒய் நாட்!’ என்றாள் மஞ்சரி.

20

மஞ்சரி அழகேசனைப் பார்த்த பார்வையில் வர வேற்பும் சதியும் இருந்தன.

'நிஜமாத்தான் சொல்றியா?'

'நிஜமாத்தான். வாட் இஸ் ராங்!'

'கற்பு பிசினஸ் எல்லாம் உனக்குக் கிடையாதா?'

'உனக்குக் கிடையாதுன்னா எனக்கும் கிடையாது.'

அறையில் திரைகளை இழுத்து மூடினாள். ஏசியை அதிகப்படுத்தினாள்.

படுக்கையில் உட்கார்ந்தாள்.

மெல்ல அவளருகில் உட்கார்ந்தான். சுட்டுவிரல் நுனியைத் தொட்டான். கைவிரல்கள் சேர்ந்து கொண்டன. முகங்கள் தொட்டன. மூச்சுகள் ஒருங்கிணைந்தன. உடைகள் தடை நீக்கப்பட்டன.

'இதில் இத்தனை சமாசாரம் இருக்கா?'

'புஸ்தகம் படிச்சதில்லையா நீ?'

'புஸ்தகத்தில் இதெல்லாம் கிடையாது.'

'டிங்டங்' என்ற சப்தம் மெல்ல உறுத்தியது.

‘ஹூ இஸ் இட்!’ என்றாள் எரிச்சலுடன்.

‘ரூம் க்ளீன் மேடம்!’

‘கெட் லாஸ்ட்’ என்றாள்.

அழகேசன், மஞ்சரி இருவருக்கிடையே நிகழ்ந்த வேதனையும் விருப்பமும் பரவசமும் கலந்த அந்த மணித்துளிகளை மேலும் விவரிப்பது அநாகரிகம். அது நிகழ்ந்தது என்னவோ முக்கியம். அழகேசன் இறுதியில் சொன்னது மஞ்சரிக்கு உறுத்தியது.

‘இனிமே நான் செத்துப்போனாலும் பரவாயில்லை.’ அவன் வாயை மூடிய கையை வாங்கி முத்தமிட்டான்.

‘தூ! அப்படியெல்லாம் பேசாதே. இன்னும் எத்தனை தடவை பாக்கியிருக்கு. எங்கெல்லாம் போகப் போறோம். என்ன வெல்லாம் பார்க்கப் போறோம். உன்கூட என்னவெல்லாம் சாதிக்கப் போறேன்...’

‘மஞ்சு!’ என்று கண்களால் கெஞ்சினான்.

‘ஆல்ரைட்! போனாப் போவுது’ என்றாள்.

அறையில் இருந்த டெலிபோன் ஒலித்தது.

‘ச்சே! என்ன ஓட்டல்ம்மா இது! முதலாளி மகளுக்கே இந்த இம்சையா. ட்ராப் டெட்’ என்றான்.

‘மிஸ் மஞ்சரி, திஸ் இஸ் தி ஆபரேட்டர், கால் ஃப்ரம் மினர்வா ஆஸ்பிட்டல், யு வாண்ட் டு டேக் இட்?’

‘யா, புட் தெம் ஆன், ஹூ இஸ் இட்?’

‘மஞ்சு, நான் பாலா பேசறேன். மாமாவுக்கு ஆபரேஷன் ரெடி ஆகிக்கிட்டு இருக்கு. ஒரு டோனர் கிடைச்சிருக்கார். உடனே வரியா? உன்னைப் பார்க்கணும்ங்கறாரு.’

போனை வைத்துவிட்டு, ‘நான் போகணும்’ என்றாள். ‘அண்யாவுக்கு ஆபரேஷன் ஆரம்பிக்கப் போறாங்க.’

‘நானும் வரட்டுமா?’

மஞ்சரி யோசித்தாள். ‘ம் சரி வா’ என்றாள்.

அவளுக்கு ஏதோ உள்ளுணர்வில் அவர்கள் இருவரும் ஆப ரேஷனுக்குமுன் சந்திப்பது நல்லது என்று தோன்றியது.

அந்தப் பெரிய தனியார் ஆஸ்பத்திரியின் வரவேற்புப் பகுதியில் ஃபைபர் நாற்காலி வரிசைகள் பெரும்பாலும் கவலை முகப் பார்வையாளர்களால் நிரம்பியிருந்தன. புக் ஷாப், பொக்கே ஷாப், ஏடிஎம், ஏன் குட்டியாகப் பிள்ளையார் கோயில்கூட இருந்தது. கம்ப்யூட்டர் முனைகளில் ரோஜா நிறப் புடைவை அணிந்த பெண்கள் இனிதாகப் பேசிக்கொண்டிருந்தார்கள். லிஃப்ட்டுக் காகக் காத்திருப்பவர்களும் சிப்பந்திகளும் சக்கர நாற்காலிகளில் பச்சை கவுன் அணிந்த நோயாளிகளும்... ஏறத்தாழ ஒரு சுறு சுறுப்பான ரயில் நிலையம்போலத் தோற்றமளித்தது. மஞ்சரியும் அழகேசனும் காரில் வந்து இறங்க, பரமேஸ்வரன் அவளை விந்தையாகப் பார்த்தார்.

'ஹலோ சார், நாம சந்திச்சிருக்கிறோம்' என்றான்.

'மஞ்சு, ஒரு ஆளுக்குத்தான் அனுமதி. இவனை ஏன் கூட்டிண்டு வந்தம்மா?'

'அண்யாவைச் சந்திக்க. அவங்கல்லாம் எங்கே?'

'வந்துட்டிருக்காங்க. ரூம்லதான் இருக்கார். சீக்கிரம் போ.'

அழகேசன், 'மஞ்சு நீ போய்ட்டு வா, நான் காத்திருக்கேன்.'

'வா நீ.'

'அவருக்கு ஏற்கெனவே ஹார்ட் ப்ராப்ளம். என்னைப் பார்த்து படக்குனு நின்னு போச்சுன்னா?'

'ஒரு நண்பனாத்தான் அறிமுகம் செய்துவைக்கப் போறேன்.'

ராகவேந்தர் படுத்திருந்த அறையின் முன்பகுதியில் டாக்டர் பாலா அமெரிக்க டாக்டர் பட் உடன் பேசிக்கொண்டிருந்தார்.

மஞ்சரி உள்ளே சென்றாள்.

'மஞ்சரி, வாம்மா! உன்னைப் பாக்காம ஆபரேஷன் இல்லைன் னுட்டேன்.'

'அண்யா, எப்படி இருக்கீங்க? நல்லவேளை! இன்னேரம் ஆப ரேஷன் தொடங்கியிருப்பாங்கன்னு நினைச்சேன்.'

'இல்லைம்மா, இப்ப இல்லைன்னு சொல்லிட்டாங்க.'

'ஏன்?'

'என்னவோ மேட்ச் ஆகலைங்கறாங்க. புடைவைக்கு ரவிக்கை மேட்ச் ஆறமாதிரி சொல்றாங்க. பாலாவைக் கேளு.'

'என்ன ஆச்சு மாமா?'

'ஒரு டோனர் கிடைச்சார். ஆனா ரத்த க்ரூப் பொருந்தலை.'

'இப்ப என்ன?'

'இன்னொரு டோனருக்குக் காத்திருக்கணும். எல்லா டெஸ்ட்டும் எடுத்தாச்சு. சாயங்காலம் வீட்டுக்குப் போய் காத்திருக்கணும்.'

'யார் இந்தப் பையன் மஞ்சு?' என்றார் ராகவேந்தர்.

'அண்யா, இது அழகேசன், என்னை... என்னுடைய...'

'ஃப்ரெண்டா?'

'ஆமா ஃப்ரெண்டும்.'

'அய்யா, எப்படி இருக்கீங்க? உங்களை நேரா சந்திச்சு தொட்டுப் பார்க்கணும்னு எனக்கு ஆசை இருந்துச்சு.'

'எதுக்குடா?'

'உங்களைப் பத்தி பத்திரிகைகள்ள டிவில நிறையக் கேட்டிருக்கேன். நிஜமாவே நீங்க எப்படி இருப்பீங்கன்னு...'

'பெரிய பணக்காரன்ப்பா, ஆனா என்ன பிரயோசனம்? சிற கொடிஞ்ச பறவை.'

'டாக்டர்ங்க ரிப்பேர் பண்ணிருவாங்கய்யா. புது சிறகு!'

'மஞ்சுவை எப்படித் தெரியும்?'

அவன் மஞ்சுவைப் பார்க்க, 'அது வந்து...'

‘அழகேசன்... இரு! இப்ப ஞாபகம் வருது. நம்ம ரெஸ்டாரண்ட்ல வேலை பார்த்து நீக்கிட்டாங்க.’

‘சாட்சாத் நானேதான்.’

டாக்டர் பாலா, ‘மாமா, சாயங்காலம் நீங்க வீட்டுக்குப் போயிரலாம். உங்க க்ரூப் ‘ஓ’ல மற்றொரு டோனர் கிடைச்சு எல்லா ஏற்பாடுகளையும் செய்ய நாளாகும்...’

‘என் க்ரூப்பும் ‘ஓ’தான்’ என்றான் அழகேசன்.

‘ஆனா நீ சாகலியே!’ தாழ்ந்த குரலில், ‘அழகேசா, பாத்தியா, யாராவது விபத்தில சாவறதுக்குக் காத்திருக்கிறேன். என்ன பிழைப்பு இது... ஒருத்தன் செத்துத்தான் இன்னொருத்தன் வாழ ணும்னா... வேண்டாம்டா, போதும்டா விட்டுடுங்கன்னு...’

அழகேசன். ‘நீங்க அப்படிச் சொல்லக்கூடாது. யாரும் சாவறதுக் காக நீங்க காத்திருக்கலை. ஒரு தற்செயலான நிகழ்ச்சிக்காகத்தான் காத்திருக்கீங்க... சாவுங்கறது எப்படி வேணா வரலாம். அதுக்குத் தான் நான் டோனர் கார்டு ரெடியா செய்து வச்சிருக்கேங்க. மஞ்சரிக்குக்கூட தெரியும். மேலும் உங்களைப் பிழைக்க வெச்சா இந்தியாவில எத்தனையோ குடும்பங்கள் பிழைக்கும்.’

ராகவேந்தர் அவன் கையைப் பற்றி மஞ்சரியிடம், ‘பையன் நல்லாப் பேசறான். இவனுக்கு ஒரு நல்ல வேலை போட்டுக் கொடுக்க ஐயர்கிட்ட சொல்லு. பேசாம இவனைக் கட்டிக்கிடேன். சின்ன வயசில நான் இவனை மாதிரித்தான் இருப்பேன்.’

மஞ்சரி அழகேசனைப் பரவசத்துடன் பார்த்தாள்.

ஸ்ட்ரெச்சர் கொண்டுவரப்பட உடனே நாகரத்திரனம் வந்தார். அழகேசனை விரோதமாகப் பார்த்து, ‘தம்பி... பேசியாச்சில்ல, கொஞ்சம் வெளிய வரியா? பெரியவருக்கு ஸ்ட்ரெய்ன் அதிகம் கூடாது.’

ஆஸ்பத்திரியில் நான்காவது மாடியில் அமைதியான காரிடாரில் நாகரத்தினம் அழகேசனை அழைத்துச் சென்றார்.

‘மஞ்சரி சொல்லிச்சு. பாரு, நாங்க ஏதும் ஜாதி வித்தியாசம் பார்க் கறவங்க இல்லை. மஞ்சரிக்கு இஷ்டம்னா கட்டிக்கட்டும்னு விட்டுட்டம். அவ பேர்ல கொஞ்சம் ஷேர் இருக்குது. அதை எழுதிக் கொடுத்துட்டா...’

'கொஞ்சம் இல்லைங்க, நிறையவே. குடும்பத்தில் உங்க எல்லாரையும் விட அவகிட்டதான். அவ நினைச்சா கம்பெனியை டேக் ஓவர் பண்ணலாம். அதிக ஷேர் இருக்குது.'

'சரி சரி, என்ன தீர்மானிச்சா?'

''இப்ப கையெழுத்து போடவேண்டாம். அப்புறம் யோசிக்கலாம்'னு சொன்னேன். 'அதுக்கு அவசரமில்லை'ன்னு சொன்னேன்.'

'அவ என்ன சொன்னா?'

'அவளையே கேட்டுருங்களேன்'

ராகவேந்தரை அறை மாற்ற படுத்தவாக்கில் லிஃப்டுக்கு எடுத்துச் செல்ல, மஞ்சரி அழகேசனிடம், 'நான் வீட்டுக்குப் போறேன். அப்புறம் சந்திக்கலாம்.'

'இரு மஞ்சு, சார் நீ ஷேர் விஷயமா என்ன தீர்மானிச்சேன்னு கேக்கறார்.'

'மாமா, அதுக்கு இப்ப தேவையோ அவசரமோ இல்லை, என்ன அழகி?'

'மேலும் இன்சாஃப் ஷேர்கள் இப்ப விழுந்துகிட்டிருக்கு. உங்கப்பாவுக்கு ஆபரேஷன் பண்ணி குணமாகும்னு தெரிஞ்சா மறுபடி சரசரன்னு ஏறிடும்... இப்ப மாத்த வேண்டாம்னேன்.'

நாகரத்தினம் முகம் சிறுத்தது.

சற்று விலகிப்போய் செல்போனில் யாரையோ கூப்பிட்டு தாழ்ந்த குரலில் பேசினார். 'ஜீவன், நாகு பேசறேன். பையன் ஒத்துக்கலை. பார்கவாகிட்ட தகவல் சொல்லிடு. இ.ஜி.எம்மைக் கூப்பிடச் சொல்லு. பெரியவருக்கு சரியான இதயம் கிடைக்கலை. அடுத்து ஆகவேண்டியதைக் கவனிக்கணும். அதாண்டா ப்ளான் 'பி'.

சாயங்காலம் வரை தந்தையுடன் கூட இருந்துவிட்டு மஞ்சரி போர்ட்டிகோவுக்கு வந்தாள். கார் நம்பர் சொல்லிக் காத்திருந்த போது, எதிரே ஏடிஎம்முக்குச் சென்று கொஞ்சம் பணம் எடுத்துக்

கொண்டாள். புக் ஷாப்புக்குச் சென்று சில புத்தகங்கள் வாங்கினாள். அழகேசனுடன் சேர்ந்ததில் வந்த பழக்கம் அது... 'முதலில் சின்னப் புத்தகமாக ஏதாவது வாங்கிப் படி... லேசான கதைகள், கட்டுரைகள். உனக்கு நாட்டமிருந்தால் கவிதைகள்... ஏதாவது புத்தகம் வாங்குவதற்கு முதலில் பழகவேண்டும். அப்புறம் அதில் தவறாமல் கையெழுத்து போடு. வாங்கின தேதி, இடம். நிச்சயம் மறுபடி அதைப் புரட்டும்போது, அடடா வாங்கி ஒரு மாசமாகி விட்டதே என்று படிக்க ஆரம்பிப்பாய். அப்புறம் படித்த பக்கம்வரை ஒரு அடையாளம் வை. காதை மடக்காதே. புத்தகத்துக்கு வலிக்கும்' என்பான்.

காரில் வீடு திரும்பும்போது எதிரே ஒரு ஆம்புலன்ஸ் ஊளை யிட்டுக்கொண்டு ஆஸ்பத்திரி நோக்கிச் சென்றது.

21

மஞ்சரிக்கு அன்று கோயிலுக்குப் போகவேண்டும் என்று தோன்றியது. ஒருமுறை அழகேசனுடன் திருவல்லிக்கேணி பார்த்தசாரதி கோயிலுக்குச் சென்றிருக்கிறாள். அழகேசன் முன் மண்டபத்தைக் கடந்து பிரதான வாசலில் நுழையுமுன் பக்கத்தில் அர்ச்சனை சமாசாரங்கள் விற்கும் கடைக்கு அவளை அழைத்துச் சென்றான்.

'வாங்க சாமி, அர்ச்சனை தட்டு, தேங்கா, பழம், துளசிமாலை....'

'சாமி உள்ள இருக்காரும்மா. கொஞ்சம் விலகிக் கங்க தாயே.'

'ஏஞ்சாமி?'

'உங்க பின்னால் உள்ள எட்டாம் நூற்றாண்டுக் கல்வெட்டை மறைக்கிறீங்க. மஞ்சு, இந்தக் கோவில் எத்தனை புராதனமானதுங்கறதை தெரிஞ்சுக்கற கல்வெட்டு. திருமங்கை ஆழ்வார்னு, அவர் எந்த ஜாதி ஆழ்வார், ஆயிரத்துக்கு மேல் பாடியிருக்கார். ஒரு குறுநில மன்னன் கலியன் ஒலிமாலைன்னு... தமிழ்ல மிகச் சிறந்த பாடல்கள் அவருடைய பெரிய திருமொழியில் உள்ளது. 'கொன்றேன் பல்லுயிரைக் குறிக்கோள் ஒன்றிலாமையினால்'னு பாடியிருக்கார். குறிக்கோள் - அப்ஜெக்டிவ் இல்லாததால்தான்

மனுசன் அலையறான். அப்புறம் பாரு, 'என்றேனும் இரந்தார்க்கு - அதாவது பிச்சை கேட்டவங்களுக்கு - இனிதாக உரைத்தறியேன். வாய் வார்த்தையா, இனிமையா பேசினாக் கூடப் போதும்.'

'அழகி, போரடிக்காதே. வா, உள்ள போய் சாமி கும்பிடலாம். திரை போட்டுருவாங்க.'

'நீ போய்க் கும்பிட்டுட்டு வா. நான் வரலை... எனக்கு இந்தக் கல்வெட்டைப் பார்த்தது போதும்!'

அவளும் அவனுடனே ஒட்டிக் கொண்டதால் உள்ளே செல்ல வில்லை. அது குறையாக இருந்தது... அதனால்தான் இன்று சென்றாள். 'பார்த்தசாரதி - பார்த்தனுக்கு தேர் ஊர்ந்தவர் நின்ற திருக்கோலம்' என்று அர்ச்சகர் ஆரத்தி ஒளியில் விவரிக்க 'சாமி அண்யாவுக்குத் தகுந்த ஹார்ட் கிடைச்சு நல்லபடியாக ஆப ரேஷன் முடியணும்' என்று வேண்டிக்கொண்டாள். மீசை வைத்த பெருமாளை உற்றுக் கவனித்தாள். புன்னகை செய்வது போல் இருந்தது.

கோயிலுக்குப் போய்விட்டு மஞ்சரிக்கு அழகேசனின் தாயைப் பார்க்கவேண்டும் போலத் தோன்றியது.

'அன்னிக்கு திருவான்மியூர்ல போயிருந்தமே பைப்பு வீடு. அங்கதாம்பா!'

அழகேசனின் தாய் டிவி பார்த்துக்கொண்டிருந்தாள். 'வா புள்ள!'

'அழகேசன் வந்தாராம்மா?'

'இன்னும் வரலியே? உன்னைப் பார்க்கத்தான் போயிருக்கான்னு நெனைச்சிக்கிட்டிருந்தேன். வா உக்காரு... ஏ குட்டி, பக்கத்து வூட்ல போய் நாற்காலி கொண்டுட்டுவா.'

'வேண்டாம்மா.' அவளருகில் உட்கார்ந்தாள்.

'நிசம்மாவே நீ என் மவனைக் கட்டிக்கப் போறியா?'

'ஆமாம்மா.'

'அத்தா பெரிய ஓட்லு அது உன்னுதாமே! என் மவன் சொன்னான்.'

'எங்கப்பாவுடைய கம்பெனியைச் சேர்ந்தது...' அவளுடைய செல்போன் தொணதொணத்தது.

'மிஸ் மஞ்சரி, ஐம் ஸ்மிதா ஃப்ரம் ஐசிஐசிஐ பேங்க். உங்களுக்கு ஒரு லோன் தரதா தீர்மானிச்சிருக்காங்க. நோ இன்ட்ரஸ்ட்.'

மஞ்சரி, 'நாட் இன்டரஸ்டெட்' என்று சொல்லிவிட்டு போனை அணைத்தாள்.

'சொல்லுங்கம்மா.'

ஒரு மாங்காயை வெட்டி உப்பு மிளகாய்த் தூள் போட்டுக் கொடுத்தாள்.

'சின்னப்புள்ளைல ஐயர் வூட்டு மாமரங்களை எல்லாம் மொட்டை போட்டுருவான். ஐயர் துரத்தி துரத்தி விழுந்து கால் ஒடைஞ்சு கட்டுப்போட்டு ஐயாயிரம் ரூபாய் செலவாச்சு. ஐயா, ஒரு மாங்காய் போனாப் போறதுன்னு பறிச்சு குடுத்துருக்கலாம் இல்ல, ஒரு மாங்காய் ஐயாயிரம் ரூபான்னு அடிக்கடி சொல்லி சிரிச்சுக்குவம்.'

டிரைவர் வந்து மரியாதையுடன் நின்று, 'அம்மா உங்க போன் சரியில்லைங்களா?'

'ஆஃப் பண்ணி வெச்சிருக்கேன் தங்கராஜ்.'

'அவசரமா உங்களைப் பேசச் சொன்னாங்க. என் செல்லுல தகவல் சொன்னாங்க.'

மறுபடி உயிர்கொடுக்க, உடனே அது ஒலித்தது.

'மிஸ் மஞ்சரி, ஐம் டாக்டர் அருண் பிரகாஷ், ந்யூரோ சர்ஜன் பேசறேன். நீங்க உடனே மினர்வா ஆஸ்பத்திரிக்கு வரணும்.'

'என்ன விஷயம்? எங்கப்பாவுக்கு ஏதாவது...'

'இல்லை, நீங்க வாங்களேன்!'

நாகரத்தினம் ஆஸ்பத்திரி வாசலில் காத்திருந்தார்.

'எங்க போய்ட்ட?'

'கோயிலுக்குப் போயிருந்தேன் மாமா. அண்யாவுக்கு வேண்டிக் கிட. செல்லில் யாரோ சர்ஜன் கூப்பிட்டாரு.'

'அவருக்கு ஆபரேஷன் பூர்வீக வேலை தொடங்கிட்டாங்க! மறுபடி.'

'என்னது?'

'ஆமாம் கரெக்டான டோனர் கிடைச்சாச்சாம்!'

சந்தோஷப் பிரவாகத்தில் அவள், 'இப்பத்தான் வேண்டிக் கிட்டேன் பார்த்தசாரதி சாமிகிட்ட!' என்றாள்.

'அவங்கல்லாம் போயிருக்காங்க. நீ உடனே போயிரு. பாலா, விஜி, சரவணன், மரகதம்மா எல்லாம் அங்கதான் இருக்காங்க!'

மினர்வா ஆஸ்பத்திரியின் முன் ஹாலில் நுழைந்து ரிசப்ஷனில் விசாரித்தாள்.

அதே விஐபி அறையில்தான் இன்னும் ராகவேந்தர் இருப்பதாகவும் ஆபரேஷனுக்கு உண்டான அனைத்து முன் ஏற்பாடுகளும் நடந்துகொண்டிருப்பதாகவும் சொன்னார்கள். அண்யா தைரியமாகத்தான் இருந்தார். மரகதம்தான் அழுது கொண்டிருந்தாள்.

பாலா சமாதானம் செய்தார்.

'அத்தை, பாருங்க! எங்க ஊர்ல வாரத்துக்கு ரெண்டு மூணு தடவை செய்யற ஆபரேஷன். இங்கதான் அதிகம் செய்யறதில்லை...'

'ஏன் மாப்பிள்ளை?'

'இங்க ஃபார்மாலிட்டிஸ் முடிக்கறதுக்குள்ள லேட் ஆய்டுது. மேலும் சில ஸ்டேட்டுகள்ள இதற்கு அனுமதி இல்லை.'

'பிழைச்சுருவாரில்லை!' என்றான் சரவணன்.

'நிச்சயம்.'

'டாட், டோனர் யாரு?' என்றான் விஜி.

'ஸம் யங்ஸ்டர்... விபத்தில் அடிபட்டு ப்ரெய்ன் ஸ்டெம் டெத்... பிழைக்க சான்ஸே இல்லை! கோமாவில் இருக்கான். திரும்பவே முடியாத கோமா!'

‘உறவுக்காரங்ககிட்ட பர்மிஷன் எல்லாம் வாங்கிட்டாங்களா?’ என்றார் ராகவேந்தர்.

‘எல்லாத்தையும் செக் பண்ணிட்டுத்தான் தொடங்குவோம் மாமா. முதல்ல ரெண்டு தனிப்பட்ட கவர்மெண்ட் டாக்டர்ங்க செக் பண்ணிக்கிட்டிருக்காங்க. அழுவாதீங்க அத்தை. நானும் சிறந்த நாலு டாக்டர்களும் சேர்ந்து செய்யறோம்.’

நாகரத்தினம் உள்ளே வந்தார்.

‘என்ன நாகு?‘

‘கவர்மெண்ட் நியூரோ சர்ஜன்ஸ்தான் சர்ட்டிபிக்கேட் கொடுக்கணுமாம். அவங்களைக் கூட்டிவர கொஞ்சம் லேட்டாயிருச்சு!’

‘எவ்ரிதிங் அண்டர் கண்ட்ரோல்?‘

மஞ்சரி, ‘அந்தப் பையன் பேர் என்ன மாமா?’ என்றாள்.

‘தெரியாதும்மா, அந்த விவரம் எல்லாம் பிறகுதான் தெரியும். ஒரு ஆக்ஸிடெண்டில் மோசமா அடிபட்டிருக்கான். மூச்சு மட்டும் ஓடிக்கிட்டிருக்கு. இவன் இதயத்தை எடுக்கலாம்னு ஒரு பாரபட்சமில்லாத பேனல் சான்றிதழ் கொடுக்கணும். அவங்க டெஸ்ட் எடுத்துக்கிட்டிருக்காங்க! நான் போய்ப் பார்த்துட்டு வரேன்.’

‘எப்படிக் கண்டுபிடிப்பாங்க?’

எமர்ஜென்சியில், அடிபட்டவன் காதுகளில் சிரிஞ்ச் மூலம் ஐஸ் வாட்டர் ஊற்றிப் பார்த்தார்கள். கண் விழிகள் நகரவே இல்லை. வென்ட்டிலேட்டரை எடுத்துவிட்டு ட்ராக்தியா மூலம் ஆக்ஸிஜனால் நிரப்பி அதில் லேசான ஸிஓடூ கலந்து வித விதமான பரிசோதனைகளை தனிப்பட்ட ந்யூரோ சர்ஜன்கள் செய்தனர்.

அவன் எந்தவிதமான அசைவும் இல்லாமல் இருந்தான்.

‘மோசமான ஹெட் இன்ஜுரி. ப்ரெய்ன் ஸ்டெம் திரும்பப் பெற முடியாம டேமேஜ் ஆயிருச்சு. அப்னீயா.’

‘ஹார்ட், லிவர், கிட்னி, கார்னியா எல்லாம் அறுவடை செய்யலாம்’ என்றார் ஒரு டாக்டர்.

'இவன் உறவுக்காரங்க யாரும் வந்திருக்காங்களா?' என நாக ரத்தினம் நுழைந்ததும் கேட்டார்கள்.

நாகரத்தினம், 'இல்லை டாக்டர், ஆனா டோனர் கார்டு வச்சிருக் கான் பைல. காண்டாக்ட் நம்பரும் கொடுத்திருக்கான்.'

'ரிமார்க்கபிள், நம் இளைஞர்கள் இவனைப்போல் இருக்கணும்.'

மஞ்சரிக்கு அந்த எச்சரிக்கை உடல் முழுதும் அட்ரினலினாகப் பரவியது. 'கடவுளே! அப்படி இருக்கக் கூடாது. இருக்காது. நிச்சயம் இருக்காது. இப்பத்தான் உன்னைக் கும்பிட்டுட்டு வரேன்.'

22

ஆபரேஷன் தொடங்க ராகவேந்தரைக் கொண்டு வர குறைந்தபட்சம் எட்டு மணி நேரமாகும் என்று மஞ்சரியை வீட்டுக்குப் போகச் சொன்னார்கள். மஞ்சரி, 'லவுஞ்சிலேயே காத்திருக்கிறேன்' என்று அடம்பிடித்தாள்.

'இப்ப வீட்டுக்குப் போறியா இல்லையா?' என்று நாகரத்தினம் அதட்டினார்.

டாக்டர் பாலாவைக் காணவில்லை. அறையில் உட்கார்ந்து கொண்டு மரகதம் ஊரில் உள்ள தெய்வங்களுக்கெல்லாம் தன் தாலியைக் காப்பாற்ற வேண்டிக்கொண்டிருந்தாள். மஞ்சரி வரவேற்புப் பகுதிக்கு வந்து தன்னை டெலிபோனில் அழைத்த டாக்டரை விசாரித்தாள்.

'டாக்டர் அருண்பிரகாஷ்னு...'

'அப்படி யாரும் இந்த ஆஸ்பத்திரியில இல்லையே...'

'எனக்கு போன் பண்ணி வரச்சொன்னாரே?'

'கொஞ்சம் இருங்க. சூப்ரண்ட்டைக் கேக்கறேன்.'

'ஓ எஸ். அவர் கவர்மெண்ட் டாக்டர். நியூரோ சர்ஜன். மாற்று இதயம் ஆபரேஷன் நடக்கப் போவுதுங்க. அந்த பேஷண்ட் 'ப்ரெய்ன் டெட்'னு

சர்ட்டிபிகேட் கொடுக்க வரவழைச்சோம். பேஸ்மெண்ட்ல கான்ஸ்ஃபரன்ஸ் ரூம்ல இருப்பார்'

படியிறங்கி அங்கே சென்றபோது, அரை இருளில் மூன்று டாக்டர்கள் கூடிப் பேசிக்கொண்டு, லாப்டாப்பில் ரிப்போர்ட் எழுதிக்கொண்டிருந்தார்கள்.

'என் பேர் மஞ்சரி டாக்டர்' என்றாள்.

அவர்கள் இந்தக் குறுக்கீட்டை ரசிக்கவில்லை.

'என்ன?'

'என்னை டாக்டர் அருண்பிரகாஷ் போன்ல கூப்பிட்டிருந்தார்.'

'ஓ எஸ்! நோ ப்ராப்ளம். அந்தப் பையன்கிட்ட டோனர் கார்டு இருக்கு. 'ஹேவ் எ ஹார்ட்' நிறுவனத்திலிருந்து அனுப்பிச்சுட்டாங்க. அவனே கையெழுத்து போட்டுக் கொடுத்தது. விபத்தில அடிபட்டு, கோமாவில ப்ரெய்ன் டெட்டா இருக்கானே!'

'பேரு?'

'அழகேசன். ரொம்பப் பெரிய காரியம் செய்திருக்கார். இந்தச் சின்ன வயசில் பொறுப்பா தன் அத்தனை அங்கங்களையும் தானம்... மஞ்சரி, ஆர் யு ஆல் ரைட்?'

கண்கள் இருண்டு அப்படியே அந்த நீண்ட மேசைமேல் சாய்ந்தாள். 'க்விக், டேக் ஹர் டு எமர்ஜென்ஸி.'

நினைவு திரும்பியபோது இரவா, பகலா தெரியவில்லை. அழகேசனுடன் பேசிய பேச்செல்லாம் தாறுமாறாக தொகுப்பாக மனதில் ஓடியது. நாக்கு வறண்டிருந்தது. நர்ஸின் முகம் கிட்டே தெரிந்தது.

'டாக்டர், இப்ப நினைவு வருது. ஒண்ணும் இல்ல, சரியாய்டுச்சு. மத்தியானம் சரியாச் சாப்பிட்டீங்களாம்மா?'

'என்ன ஆச்சு கண்ணு?' என்று கல்யாணியின் குரல் கேட்டது.

டாக்டர் பிரகாஷ் வந்து அவள் மணிக்கட்டைத் தொட்டுப் பார்த்து சார்ட்டைப் பார்த்து 'யூ ஆர் ஆல்ரைட்...'

'நான் அழகியைப் பார்க்கணும்.'

'ஹி இஸ் இன் கோமா. ஹி இஸ் இன் ப்ரி ஆப்.'

'பார்க்கணும்... பார்க்கணும்.'

'பார்க்கலாம்.'

'என்ன ஆச்சு?'

'மஞ்சு எப்படி இருக்கீங்க?'

'பரமேஸ்வரன் மாமா... அழகிக்கு என்ன ஆச்சு?'

'ரோடை க்ராஸ் பண்றப்ப லாரியோ காரோ அடிச்சுட்டுது. சரியான ஹெட் இஞ்சுரி. ஹிட் அண்ட் ரன். நல்லவேளை டோனர் கார்டு பர்ஸிலேயே வச்சிருந்தான். அவங்கம்மாவும் வந்திருக்காங்க.'

'ஒரு வீல் சேர் கொண்டு வாங்க.'

ஐசியுவில் அந்தத் திரையை நீக்க...

'வா புள்ள! வந்து எம் மவனைப் பாரு. டாக்டருங்க சொல்றது எதுவும் புரியலை. தூங்கறா மாதிரித்தான் இருக்கான்... ஏம்மா எந்திரிச்சுருவானா? இல்லைன்னா டாக்டருங்களை கேக்கச் சொல்லு. நீ வந்திருக்கன்னு தெரிஞ்சா நிச்சயம் எந்திரிச்சுருவான் தானே. முகத்தில கப்பு மாதிரி ஏதோ வச்சிருக்காங்க. மூடின கண்ணு தொறக்கலை... என்ன நடக்குது. சொல்லு கண்ணு, பாத்து சொல்லேன்.'

திரையை விலக்கியதில் ஆஸ்பத்திரி கவுனில் அடையாளம் இழந்து, வெண்டிலேட்டரால் பாதி முகம் மூடப்பட்டு கண்மூடிப் படுத்திருந்தான் அழகேசன். எந்தவிதக் காயமும் தெரியவில்லை. அடர்த்தியான தலைமயிர்க் கற்றையில் மட்டும் ஒரு இடத்தில் ரத்தம் ஒட்டிக்கொண்டிருப்பதை பரிவுடன் துடைத்துக் கொண் டிருந்தார்கள். மானிட்டர், இதயம் சீராக இயங்குவதை உறுத்தாமல் அறிவித்துக்கொண்டிருந்தது. மஞ்சரி உதட்டைப் பொத்திக் கொண்டு குமுறலை அடக்கிக்கொண்டாள். கண்ணீர் மார்புச் சட்டையை நனைத்து அதையும் மீறிப் படுக்கையில் விழுந்தது.

'மஞ்சரி, உங்க நம்பரைத்தான் டோனர் கார்டில் கொடுத் திருந்தார்...'

உள்ளம் துறந்தவன் ♦ 141

‘தெரியும்’ என்றாள்.

‘மண்டையில் பலத்த உள் காயம். ரத்தக் கசிவில் இர்ரிவர்ஸிபிள் டேமேஜ்…’

‘இறந்துட்டாரா… உயிரோட இருக்காரா?’

‘வெண்டிலேட்டரை எடுத்துட்டா உடனே இறந்துடுவார்.’

‘நினைவு திரும்பாதா?’

‘ஸாரி!’

‘என்னம்மா பேசிக்கிறீங்க?’

மீனாட்சியை காரிடாரில் நாற்காலியில் உட்கார வைத்தாள். கேண்டீனிலிருந்து சூடான காப்பி கொண்டுவந்து கொடுத்தாள்.

‘அம்மா! அழகேசனை மூச்சு மட்டும் விடற மெஷினா மாசக் கணக்கில் வச்சிருக்கலாம்.’

‘நினைவு வந்துருமில்ல?’

‘வராதாம்.’

‘எல்லா கடவுளுக்கும் வேண்டிக்கிட்டிருக்கேன். வரும் புள்ள. எப்பவும் ரோட்டைக் கடக்கறப்பகூட புஸ்தகம் வாசிச்சுக் கிட்டே கடப்பான். கவனமே கிடையாது. நல்லவேளை! தகுந்த சமயத்தில ஆஸ்பத்திரிக்குக் கொண்டு வந்துட்டாங்க. நீயும் வந்துட்டே. எனக்குக் கவலை இல்லை. நல்ல மனசும்மா. ஆனா மறதி, அவ்வளவுதான். அவனுக்குச் சட்டைக்கு பட்டன் போட்டு தலைசீவி அனுப்பினேன்.’

‘அம்மா. அழகி பிழைக்க மாட்டாரும்மா!’

‘ஏன் புள்ள அப்படிச் சொல்லுதே?’

‘மண்டைல சரியான அடி. மயக்கத்திலருந்து திரும்ப வர முடியாதபடி அடி பட்டுருச்சும்மா. மூணு டாக்டர்ங்க பரிசோதித்துச் சொல்லிட்டாங்க…’

இரண்டு பெண்களும் துக்கப் பிணைப்பால் ஒருவரை ஒருவர் தழுவிக்கொண்டு தேம்பித் தேம்பி அழுதனர்.

'அம்மா! இதில விநோதமா ஒண்ணு பாருங்க... அழகி தன் இதயத்தை கழட்டிக் கொடுத்துட்டுத்தான் உயிரை விடப் போறார். அதுவும் எங்கப்பாவுக்கு.'

'ரெண்டு கிட்னி, லிவர், கண்ணுன்னு... குறைந்தபட்சம் அஞ்சு பேருக்காவது உயிர் கொடுத்துட்டுத்தான் தன் உயிரை விடப் போறார்.' நினைவின் விளிம்பில் அது கேட்டது.

நாகரத்தினம் ஆறுதல் சொன்னார். 'அம்மா! உங்க மகன் மாதிரி மனுஷங்களைப் பார்க்கறது ரொம்ப ரொம்ப அரிதுங்க. செத்தும் கொடுத்தான் சீதக்காதின்னு...'

'ஆம்புலன்ஸில கொண்டுவரப்பவே நினைவு தப்பிருச்சு... டாக்டர்ங்ககிட்ட சொன்னோம். என்ன செலவானாலும் சரி... எந்த தேசத்திலிருந்து என்ன மருந்து வேணும்னாலும் சரின்னு. அவனை ரிவைவ் பண்ண அவங்களும் முயற்சி பண்ணிப் பாத்தாங்க...'

'ஏதாவது பேசினான்னா அய்யா?'

'இல்லைங்க.'

'அந்த விபத்து பத்தி ஏதாவது தெரியுமா? யார் அடிச்சாங்க?'

'ஆர்.ஏ.புரம் போலீஸ் ஸ்டேஷன்ல எஃப்.ஐ.ஆர் பதிஞ் சிருக்கோம். நான்கூட டெபுட்டி க்மிஷனர்கிட்ட பேசிட்டேன். இடிச்சுட்டு போனானே மகாபாவி அவனை ஒரு வாரத்துக்குள்ள கண்டுபிடிக்கிறதாச் சொல்லிருக்காரு. கண்டுபிடிச்சு என்ன பயன்? துடியான பையனுங்க. எங்க வீட்டில மாப்பிளையா வரவேண்டியவன். மஞ்சரிக்குத்தான் அதிர்ஷ்டமில்லை... உங்க ளுக்கு வேற யாரும் இருக்காங்களா?'

'ஒரே பையங்க!'

'கம்பெனில சொல்லி உங்களுக்கு ஒரு நல்ல தொகை ஏற்பாடு செய்யறோம். ஐயர்! இந்தம்மா அட்ரஸ் வாங்கிக்கங்க... பெரிசா ஏதாவது செய்தே ஆகணும்...'

அந்த அறையில் அழகேசனின் உடலும் ராகவேந்தர் உடலும் அருகருகே காத்திருக்க, சுற்றிலும் கண்கள் மட்டும் தெரியுமாறு தலைக்குல்லாய், முகமறைப்பு, கையுறை என்று அசெப்டிக்

சூழ்நிலையில் இரண்டு டாக்டர் குழுவினர், உதவி டாக்டர்கள் நர்ஸ்...

இந்தச் சரித்திரச் சம்பவத்தை வீடியோ பதிவு செய்ய ஒரு டாக்டர் தோளில் கேமரா வைத்திருந்தார். வெளியே மானிட்டரில் அறுவை சிகிச்சை முதுகலை மாணவர்கள் ஆர்வத்துடன் பார்த்துக் கொண்டிருக்க... ஒருவர் ரன்னிங் கமெண்ட்டரி போல சொல்லிக்கொண்டே வந்தார். 'அனீஸ்தட்டிஸ்ட், ஹார்ட் லங் மெஷின்களை இயக்குபவர்கள், இணைப்பவர்கள், எது மனித யத்தனம், எது இயந்திர சாகசம் என்று இரண்டறக்கலந்து ஒரு ...'

டாக்டர் பாலாவின் மூக்குக் கண்ணாடியில் ஸ்கால்பெல் - அந்த முதல் கத்தி பளபளத்தது. மெல்ல இரண்டு இதயங்களும் நெடுக்குவாட்டாகப் பிரிக்கப்பட்டு சட்டென்று ரத்தப்பெருக்கு கட்டுப்படுத்தப்பட்டு மார்புக்கூடு பிரிக்கப்பட்டது.

23

அந்த ஆபரேஷன் மிக உன்னிப்பாக மாணவர்களால் கவனிக்கப்பட்டது. மினர்வாவில் அது முதன் முறையாகச் செய்யப்படுவதால் அதன் ஒவ்வொரு செயலும் பதிவு செய்யப்பட்டது. பக்கத்து அறையிலிருந்து வீடியோ மூலம் மாணவர்களுக்கு நுட்பமாக விவரிக்கப்பட்டது.

'முதல் இன்ஸிஷனைப் பாருங்க.. ஸ்கால்பெல் வைத்து நடுமார்பில் திறக்கப்படுகிறது. பைபாஸைப் போலத்தான்.'

'ஸ்ட்ரைக்கர் அரம் வைத்து ஸ்டெர்னம் நெடுக வெட்டப்படுகிறது... பாருங்கள், இதோ பேஷண்டின் இதயத்தை அணுகி பெரிகார்டியம் ஸ்கால்பெல் வைத்து திறக்கப்படுகிறது. இதை மீண்டும் ரிப்பேர் செய்யமாட்டார்கள். நிறையச் சமயமாகும் என்பதால்... இதோ ஹார்ட் லங் மெஷினில் ட்யூப்களை இணைக்கிறார்கள். அயோர்ட்டா சுப்பீரியர் வீனா காவா இன்ஃபிரியா வீனா காவாவில் இணைக்கிறார்கள். இப்போது ஹீமோஸ்டாட் வைத்து க்ளாம்ப் பண்ணுகிறார்கள். இப்போது பேஷண்டின் இதயம், சுவாசம் இரண்டையும் மெஷினே செய்கிறது. இதன்பின் பேஷண்டின் இதயம் வலது ஏட்ரியம் அடிபாகத்தில் வெட்டப்பட்டு அயோர்ட்டாவும் பல்மனரி ஆர்ட்டரியும் வெட்டப்படுகிறது.'

ராகவேந்திரின் களைத்துப் போன இதயம் பெரும்பாலும் நீக்கப்பட்டு மாற்று இதயத்துக்கு இடம் கொடுத்தது.

அழகேசனின் உடலிலிருந்து நீக்கப்பட்ட இதயம் பத்திரமாகக் கொண்டு வந்து வைத்துத் தைக்கப்பட்டது. முக்கியமான ரத்தக் குழாய்கள் இணைத்துத் தைக்கப்பட்டன.

க்ளிப்புகளை நீக்கி ரத்தம் பாயச் செய்தனர். முன்பு இரண்டு இதயங்களும் துடித்துக்கொண்டிருக்க, முதலில் அழகேசனின் இதயத்தின் முக்கியமான ரத்தக் குழாய்கள், அயோர்ட்டா, பல்மனரி ஆர்ட்டரி பகுதிகள் நீக்கப்பட்டு ஒரு மாம்பழத்தைப் பறிப்பதுபோலப் பறிக்கப்பட்டு, அருகே அசெப்டிக் சூழ் நிலையில் காத்திருந்தது. அதுவரை துடித்துக் கொண்டிருந்தது அழகேசனின் இதயம். மாற்று இதய ஆபரேஷன்களில் இது மிகச் சோகமான கணம். என்னதான் மூளை அடிபட்டு, திரும்ப முடியாத நிலை என்று ரெஸ்பிரேட்டர் மூலம் சுவாச நீடிப்பில் இருந்தாலும், சமாதானப்படுத்திக் கொண்டாலும் அந்தக் கணம்... துடிக்கும் இதயத்தை நிறுத்தி நீக்கும் கணம்... அதன்பின் அதற்கு நாலு மணி நேரத்துக்கு துடிப்பின் ஞாபகங்கள்தான். உயிருள்ள பறவையை அம்புகொண்டு எய்வது போல, மிச்ச மிருக்கும் நரம்புகளைத் துண்டித்தாலும் பேஸ்மேக்கர் மூலம் அதைத் துடிக்க வைக்கலாம். நான்கு மணி நேரத்துக்குள் மாற்றி விடவேண்டும்.

ராகவேந்தரின் நின்றுபோன இதயம் அதன் அடிப்பகுதியிலிருந்து பெரும்பாலும் நீக்கப்பட்டது. அழகேசனின் இதயம் மிக அருகில் வைக்கப்பட்டு தையல் போட்டு அயோர்ட்டா பல்மனரி ஆர்ட் டரிகளுடன் இணைக்கப்பட்டது. அதற்கான தனிப்பட்ட பேஸ் மேக்கர் இணைப்பு நீக்கப்பட்டபோது, அந்த இதயம் சுருதி சேராமல் வேகமாக அடித்துக்கொள்ளத் தொடங்க, டிஃபிப்ரிலேட்டர் வைத்து அதைச் சீராக்கினார்கள். அழகேசனின் இதயம் ராகவேந்தரின் மார்புக்குள் பயணத்தைத் தொடங்கியது. மானிட்டர் உயிர்பெற்ற போது, அதன் குதூகலம் அந்த அறையில் பரவியிருப்பது தெரிந்தது. பாலா கட்டை விரலை உயர்த்திக் காட்டினார். மாணவர்கள் கை தட்டினார்கள்.

மினர்வாவின் தலைமை டாக்டர் கிருபால் சிங் வெளியே பத்திரிகையாளர்களுடன் பேசினார்.

'இன்று பிற்பகல் இரண்டு மணிக்கு இந்த மருத்துவமனையில் மாற்று இதயம் வெற்றிகரமாகப் பொருத்தப்பட்டது. அமெரிக்கா விலிருந்து வந்த கார்டியோதோராஸிக் சர்ஜின் டாக்டர் பாலாவின் தலைமையில் மினர்வாவின் டாக்டர் ரெட்டி, ராவ், நிலோத்பல், மித்ரா நாராயண் குழுவினர் திறமையாகச் செயல் பட்டனர்.

'ரத்த அழுத்தம் சரியாக உள்ளது. பல்ஸ் நார்மல். சீக்கிரமே கண்விழிப்பார். பயாப்ஸி எடுத்துப் பார்த்ததில் நிராகரிப்பின் அடையாளங்கள் இதுவரை இல்லை. ஒரு வாரத்தில் அவர் வீடு திரும்புவார். ஒரு மாதத்தில் அலுவலகத்துக்குத் திரும்புவார். இந்தியாவின் மாற்று இதய அறுவை சிகிச்சையின் தலை நகரமாகச் சென்னையும், குறிப்பாக மினர்வா ஆஸ்பத்திரியும் மாறி வருகிறது என்பதில் பெருமைப்படுகிறோம்.'

சுறுசுறுப்பாக குறிப்பெடுத்துக்கொண்டிருந்த நிருபர்களில் ஒருவர் கேட்டார். 'இதயம் கொடுத்தது யார்?'

'சாலை விபத்தில் இறந்து போன ஒரு இளைஞர்.'

'பெயர்?'

'பெயர், மற்ற விவரங்கள் தரவேண்டாம் என்று அவருக்கு நெருக்கமானவர்கள் கேட்டுக்கொண்டதற்கு மரியாதையாக...'

நெருக்கமானவர்கள் மஞ்சரியும் தாய் மீனாட்சியும், பித்துப் பிடித்தாற்போல் வெறித்துப் பார்த்துக்கொண்டு உட்கார்ந் திருந்தனர். மஞ்சு உறங்கவில்லை, யாருடனும் பேசவில்லை. யாராவது போய், 'இதோ பாரு மஞ்சு' என்று தோளைத் தொட்டால் அவர்களை அன்னியர்களைப் போல் பார்த்தாள். மீனாட்சி அவளருகே தரையில் முழங்கைமேல் தலை வைத்துப் படுத்திருந்தாள். அழுத கண்ணீர் கார்ப்பெட்டை தொடர்ந்து நனைத்துக்கொண்டிருந்தது.

சாயங்காலம் பாலா ஆஸ்பத்திரியிலிருந்து நேராக அவள் அறைக்குச் சென்றார்.

'மஞ்சு, எங்க எல்லாருக்கும் வருத்தம்தாம்மா. ஆனா அழகேசன் இதயம், சுவாசப்பை, லிவர், கார்னியா எல்லாம் வெற்றிகரமா ஹார்வெஸ்ட் பண்ணி அவரால ஆறு பேருக்கு மறுவாழ்வும்மா!'

உள்ளம் துறந்தவன் ♦ 147

'நைஸ்! அண்யாவுக்கு சரியாய்டுச்சா?' என்றாள்.

'நினைவு வந்துருச்சு, முதல்ல உன்னைத்தான் கூப்பிட்டார். நீ போய் அவர்கூட பேசினா ரொம்ப சந்தோஷப்படுவார்.'

'பேசணுமா?'

'எங்களுக்கெல்லாம் நிச்சயம் அந்தப் பையன் விபத்தில இறந்து போனதில வருத்தம் இருக்கு. ஆனா அவனால...'

'சொல்லியாச்சு மாமா. அவரால ஆறுபேர் பிழைச்சிருக்காங்க... ஆனா அவர் போய்ட்டாரே? போகவேண்டிய வயசில்லையே?'

'இல்லைதான். இட்ஸ் ரியலி டிராஜிக். நீ எங்ககூட யு.எஸ் வந்துரு மஞ்சு. அவனை மறக்கணும் நீ. வர்றியா?'

'வரேன்.'

'அவசரம் இல்லை. காலைல ஆஸ்பத்திரிக்கு வரியா?'

அவருடைய செல்ஃபோன் ஒலித்தது. 'நான் புறப்படறேன்... ஆஸ்பத்திரியில கூப்பிடறாங்க...'

மஞ்சரி தனக்குமுன் கொண்டுவைக்கப்பட்ட உணவை ஏதோ வஸ்துவைப்போலப் பார்த்தாள்.

தரையில் அழகேசனின் தாய் சுருண்டு படுத்திருந்தாள். அவளிடம் அதை எடுத்துச் சென்றாள். 'அம்மா சாப்பிடுங்கம்மா.'

அவள் கண்களைத் துடைத்துக்கொண்டாள். 'நீ சாப்ட்டியா கண்ணு?'

'சாப்ட்டேம்மா.'

'இன்னேரம் ஆபரேசன் முடிஞ்சிருக்குமா?'

'ஆயிருச்சும்மா, எங்கப்பா நலமாயிட்டார்.'

'செத்தப்புறம் என்ன ஆவுது கண்ணு? இந்தப் பாவி மகன் எங்க போயிருப்பான்?'

'சொர்க்கத்துக்கும்மா!'

'அங்க புஸ்தகம் எல்லாம் இருக்கும்ல. அவனுக்கு சோறு தண்ணி எதுவும் வேண்டாம். புஸ்தகம் போதும். எனக்கென்னவோ அவனுக்கு சாவப்போறம்னு தெரிஞ்சிருக்கு. இத்தனை வேகமா இத்தனை புஸ்தகம் படிச்சிருக்கான். முருகன் கனாவில வந்து சொல்லிருக்கணும். 'உனக்கு நேரம் பத்தாதுறா மகனே. நீ அல்பாயுசு. படிக்க வேண்டிய புஸ்தகம் எல்லாம் படிச்சுரு'ன்னு.'

'அம்மா, உங்களுக்கு ஏதாச்சும் படிச்சுக் காட்டிருக்காறாம்மா?'

'திருக்குறள், திருவருட்பா... பெத்ததைக் காட்டிலும் சாஸ்தி சந்தோசம் மவனே... அதென்ன பெரிய மனுசன்னு கேட்ட தாய். தப்பு புள்ள, பெரிய மனுசனாக வேண்டாம். நல்லவனாக இருந்தாப் போதும்.'

'அதாம்மா உலகத்திலேயே கஷ்டமான விஷயம்.'

'போவுது... எம் பிள்ளையைப் பறிகொடுத்துட்டு, உன்னைப் புள்ளையா ஏத்துக்கறேன். சரியாம்மா?'

'சரி.'

நாகரத்தினம் எல்லா ஏற்பாடுகளும் செய்திருந்தார். 'அவங்க சாதில பொதைப்பாங்க, அதனால் நம்ம எஸ்டேட்லேயே ஒரு நல்ல மூலையாப் பார்த்து புதைக்க ஏற்பாடு செய்துட்டோம்...'

மினர்வா ஆஸ்பத்திரியிலிருந்து இன்சாஃப் கம்பெனி ஏற்பாடு செய்திருந்த குவாலிசின் பின்பக்கத்தில், அழகான தேக்கு மரத்தால் செய்யப்பட்ட பெட்டியில் அழகேசன் வைக்கப் பட்டான். கார்னியா நீக்கப்பட்டதால் கண் இமைகள் மூடி யிருந்தன. அழகான புது வெள்ளைச் சட்டை அணிவிக்கப் பட்டிருந்தான். மார்ட்டிஷியன் மிதமாக ஒப்பனை செய்திருந்தார். உறங்குவதுபோலத்தான் தோன்றினான். அவன் உடல் உறுப்புகள் தானத்துக்காக நீக்கப்பட்டிருந்தாலும் அது தெரியாத வாறு ஆடைகளால் மூடி மறைக்கப்பட்டிருந்தான்.

பாலா, நாகரத்தினம், மரகதம், விஜி, சரவணன், கல்யாணி, அவள் பெண்கள் என குடும்பத்தில் அனைவரும் வந்திருந் தார்கள். மஞ்சரி முகம் முழுதும் மறைக்கும் கருப்புக் கண்ணாடி அணிந்து தலையை மேலாக்கால் போர்த்தியிருந்தாள். மிக மிக

மௌனமாக இருந்தாள். மலர் வளையங்கள் நீக்கப்பட்டு, எளிய சடங்கின் முடிவில் அழகேசன் புதைக்கப்பட்டான்.

'ஐயர்! கல்லறைக்கு இட்டாலியன் மார்பிள்தானே ஆர்டர் பண்ணியிருக்கீங்க...?' என்றார் நாகு.

'ஐயர்! எங்கே அவரு! பரமேஸ்வரன் வரலையா?'

'அவர் பெரியவர்கூட அங்க இருக்கார்.'

'மஞ்சு ஏதாவது சொல்ல விரும்பறியா?'

அவள் தலை அசைத்தாள்.

மெல்ல அவன் உடல் இறக்கப்பட்டது.

அழக்கூடாது. அழகேசனுக்கு அழுதால் பிடிக்காது.

அவள் தன் காருக்குத் திரும்பியபோது... ஓர் இளைஞன் மஞ்சுவை நெருங்க... செக்யூரிட்டி ஆசாமிகள், 'யாருப்பா நீ? எப்படி உள்ள வந்தே?'

'நான் அழகேசன் நண்பன்ங்க!'

நாகரத்தினம், 'வீட்ல வந்து சந்திங்க..' என்றார்.

'இருங்க மாமா, உங்ககிட்ட ஏதாவது அழகேசன் சொன்னாரா? ஏதாவது சொல்ல விரும்பறீங்களா?'

'உங்களைத் தனியா சந்திக்கணும்ங்க, அவ்வளவுதான்.'

'என்ன விஷயம், சொல்லுங்க?'

'தனியாச் சொல்றனே!'

நாகரத்தினம் இதை தூரத்தில் இருந்து கவனித்து, 'மஞ்சு டயம் ஆறதில்ல...'

'இருங்க மாமா, இவருக்கு அழகேசனைத் தெரியுமாம். ஏதோ சொல்லணுங்கறார்.'

'என்னய்யா? எதுவா இருந்தாலும்...'

அவன், 'அழகேசன் இவங்ககிட்ட கொடுக்கும்படியா ஒரு புத்தகம் கொடுத்திருக்கார்.'

'கொண்டுவந்திருக்கீங்களா?'

'இந்தாங்க.'

'அட்ரஸ் குடு.'

'பரவாயில்லை சார்' என்றான்.

'ம், அது கூடச் சரிதான்.'

காரிலிருந்து திரும்பிப் பார்த்தபோது அவனை இரண்டு பேர் தள்ளி அழைத்துச் சென்றார்கள். அவன் தோளைக் குலுக்கிக் கொண்டு பின்னால் பார்த்தான், பயத்துடன்.

அந்தப் புத்தகத்தைப் பார்த்தாள்.

From Socrates to Sartre.

என் மஞ்சள் அழகிக்கு... இந்த மாதிரி புத்தகங்களை நீ படிக்க வேண்டும். சிட்னி ஷெல்டன் அல்ல!

என்றும் உன் அழகேசன்.

24

'எதற்காக அழகேசன் போய் நான் வாழவேண்டும் என்று தொடங்கிய துக்கம், மெல்ல மெல்ல கண்ணீரிலும் கவனக் கலைப்பிலும் குறைந்து, ஏதோ முற்றுப்பெறாத காரியத்தை அழகேசன் தன்னிடம் ஒப்படைத்திருக்கிறான் என்று மஞ்சரி உள்ளுணர்வில் உணர்ந்தாள். மேலும் அந்தத் தாய் தன் மகன் மரணத்தை எடுத்துக்கொண்ட மனநிலை அவளை ஆச்சரியத்தில் ஆழ்த்தியது. 'நீ எதுக்கு புள்ள சாவணும்... என் மகன் கனவில வந்து சொன்னான். 'அந்தப் பொண்ணு எதாவது ஒண்ணு கிடக்க ஒண்ணு செய்துரப்போவுது. ஆறுதல் சொல்லு. இங்க எல்லாம் பத்திரமாகத்தான் இருக்கேன்'னு.'

அவளிடம் சாக்ரட்டீஸ் சார்த்தர் புத்தகத்தைக் கொண்டு வந்து கொடுத்த நண்பனைப் பார்க்க விரும்பினாள். கார்டோ, போன் நம்பரோ எதுவும் இல்லை.

மஞ்சரியை அமெரிக்காவுக்கு அழைத்துச் செல்வதாகத்தான் அவர்கள் ஏற்பாடு செய்துகொண் டிருந்தார்கள். விசாவுக்கு மனு போட்டு, இன்டர் வ்யூ பிப்ரவரியில் வரும் என்றார்கள். மஞ்சரி வீட்டை விட்டு எங்கும் செல்லாமல் அழகேசன் தந்த அந்தப் புத்தகத்தில் ப்ளேட்டோவைப் பற்றிய அத்தி யாயத்திலேயே தங்கியிருந்தாள். முதல் பக்கத்தில் அழகேசனின் கையெழுத்தைத் திரும்ப திரும்பத் தொட்டுப் பார்த்தாள்.

பரமேஸ்வரனைப் பார்க்க ஆபீசுக்குச் சென்றபோது அவர் அறையில் சாவ்லா என்று வேறு ஒருவர் உட்கார்ந்திருந்தார்.

'பரமேஸ்வரன் எங்கே?'

'தெரியாது, ராஜினாமா செய்துவிட்டதாகச் சொன்னார்கள். எனக்கு தலைகால் புரியவில்லை. இந்த ஆபீஸ் ஒழுங்கு முறைகளே புரியவில்லை.'

மஞ்சரி டிரைவரிடம், 'பரமேஸ்வரன் சார் வீடு தெரியுமில்ல?'

அவன் 'தெரியாதுங்க' என்றான்.

'ஏன்யா, ஒரு தடவை நீயே கூட்டிட்டு போயிருக்க. எதுக்குப் பொய் சொல்றே?'

'மன்னிச்சுக்கங்கம்மா. நாகரத்தினம் ஐயா வந்து அங்கெல்லாம் கேட்டா கூட்டிட்டுப் போகாதேன்னாரு.'

'நான் அவர்கிட்ட பேசிக்கறேன்... நீ அங்க போ!'

இந்திரா நகரில் ஒரு நான்கு மாடிக் கட்டடத்தின் மூன்றாவது மாடியில் அந்த ஃப்ளாட்டின் மணியை அழுத்தியபோது நாய் குரைத்தது.

'யாரு?'

'மஞ்சரி மாமா.'

பரமேஸ்வரன், 'ரூபி, கொய்ட்' என்று அதட்டிக்கொண்டே திறந்தார். அவசரமாகச் சட்டை அணிந்திருந்தது பட்டன் தாறு மாறில் தெரிந்தது. பிரம்பு நாற்காலியில் உட்கார்ந்தார்.

'மாமா, நீங்க வேலையை விட்டுட்டீங்களா?'

'ஆமாம்மா! நாகரத்தினம், முதலாளி இல்லாதபோது எனக்கு மேல சாவ்லான்னு ஒருத்தரைக் கொண்டுவந்தார். முதலாளியோ ஆபரேஷன் அவஸ்தையில் இருந்தார். ராஜினாமா கடிதத்தைக் கொடுத்துட்டேன். இந்த ஃப்ளாட்கூட இந்த மாசம்தான்...'

ஹாலில் பெரிதுபடுத்தி மாட்டியிருந்த இளம் பெண்ணின் ஃபோட்டோவைக் காட்டி 'இன்னிக்கிருந்தா உன் வயசு' என்றார்.

‘மாமா, எனக்குச் சில சமயம் எதுக்கு இருக்கணும்னு தோணுது. அழகேசன் மாதிரி அற்புதமான ஆசாமியை நீங்க பாத்திருக்க மாட்டீங்க. அவன் போய் ஒரு சாலை விபத்துல சாவறதுங்கறது அபத்தம்! எனக்கு எல்லா நம்பிக்கையும் போயிருச்சு. கடவுள்னு யாரும் இல்லை.’

‘இதே மாதிரித்தான் எனக்கும் என் பொண்ணு போனப்ப தோணித்து மஞ்சு!’

பரமேஸ்வரனின் மனைவி மௌனமாகக் காப்பி கொண்டுவந்து வைத்தாள். ‘எப்படி இருக்கே மஞ்சு? அப்பாவுக்கு சரியாய் டுத்தாமே!’

‘மாமா நீங்க ரெசிக்னேஷன் லெட்டர் கொடுத்துட்டீங்களா?’

‘ஆமாம்! வர போர்டு மீட்டிங்ல அதை எடுத்துப்பாங்க... பார்கவாவுக்கு சந்தோஷம்.’

‘எனக்காக அதை வாபஸ் வாங்கிக்கங்க மாமா!’

‘இல்லைம்மா. உனக்கு வேற எந்த உதவி கேட்டாலும் தரேன். அந்த ஆபீஸில் இனி வேலை செய்ய முடியாது. ஆபீஸ் மேட்டர் எல்லாம் நாகரத்தினமும் பார்கவாவும் பாத்துக்கறாங்க. எல்லாரையும் மாற்றிப் போட்டுருவாங்க... இப்பவே போர்டு மெம்பர்களை மாத்தறதாப் பேச்சு...’

‘மாமா! உங்ககிட்ட ஒரு விஷயம் கேக்கத்தான் வந்தேன். எங்க எல்லாரையும் டிடெக்டிவ் ஏஜென்சி வச்சு கண்காணிச்சீங்கள்ல?’

‘கடமையைச் செய்தேன்மா...’

‘அழகேசனையும் என்னையும் பத்தின ரிப்போர்ட்டு முழுக்க வேணும்.’

‘எல்லாம் ஆபீஸ்ல இருக்கு... இந்நேரத்துக்கு டெஸ்ட்ராய் பண்ணிருப்பாங்க.’

‘எனக்கு வேணுமே... அந்த கடைசி நாள் என்ன நடந்தது? ஏன் செத்தான்?’

‘ஒண்ணு செய். அந்த ஏஜென்சில ஒரு துடியான பையன் இருந்தான். அவன் செல் நம்பர் தரேன். அவனைச் சந்திச்சுப்

பாரு. கடைசிவரைக்கும் அவன்தான் ரிப்போர்ட் ஃபைல் பண்ணி யிருந்தான்.'

மஞ்சரி வீட்டுக்குப் போனபோது நாகரத்தினம், 'ஐயரைப் போய்ப் பாத்தியாமே!' என்றார்.

'ஆமாம் மாமா.'

'எதுக்கு?'

'சும்மாத்தான், வீட்லயே உக்காந்து மருகிக்கிட்டு இருக்க விருப்பமில்லை.'

'ஐயர் ரிசைன் பண்ணிட்டார்.'

'தெரியும்.'

'காரணம் தெரியுமா?'

'தேவையில்லை.'

'தெரிஞ்சுக்க. அடுத்த தடவை போய்ப் பார்க்கமாட்டே.'

நிமிர்ந்து பார்த்தாள்.

'ஐயர் ஆபீஸ் பணம் எழுபது லட்ச ரூபாயை தன் அக்கவுண்டுக்கு டிரான்ஸ்பர் செய்திருக்கார் அதைக் கண்டுபிடிச்சுட்டோம். பெரியவருக்குச் சொன்னா அவர் இருக்கற உடல்நிலையில உயிரை விட்டுருவார். அவ்வளவு தூரம் நம்பினார்.'

மஞ்சரி, 'மாமா! நான் இதை நம்பலை. அவர் வீட்டைப் பாத்தா நடுத்தர வர்க்கம்தான் தெரியுது.'

'நான் அத்தாட்சி காட்டட்டுமா?'

'வேண்டாம், தேவையில்லை.'

'உன் ஷேர்களை என்ன செய்யறதா உத்தேசம்?'

'என்னை யோசிக்க விடுங்க.'

'அதைப் பத்தி ஐயர்கிட்ட பேசலியே?'

'இல்லை.'

'எப்படிப் பேசுவான்...எந்த மூஞ்சிய வச்சுக்கிட்டு?'

'மாமா நீங்க என்ன சொன்னாலும் நான் ஐயரை வெறுக்க மாட்டேன்.'

டாக்டர் பாலா, ராகவேந்தரின் படுக்கை அருகில் உட்கார்ந்து அவர் கையைப் பிடித்துக்கொண்டார்.

'மாமா உங்களுக்குச் சரியாய்டுச்சு. ஆபரேஷன் முடிந்து பத்தாவது தினம் இம்யூனோ சப்ரஸ்ண்ட்ஸ் அதிகம் கொடுக்கறதால இன்ஃபெக்ஷன் வராம பார்த்துக்கணும். நர்ஸுங்க பாத்துப்பாங்க. வெளி ஆளுங்களைச் சந்திக்காதீங்க. ஆறு மாசம் ஜாக்கிரதையா இருந்தா அப்புறம் பத்து வருஷம் உங்களுக்கு கியாரண்டி.'

'மஞ்சுவை வரச் சொல்லுங்க.'

'இதோ இருக்கேன் அண்யா.'

'உனக்குத்தான் வருத்தம்மா.'

'வருத்தம், சந்தோஷம் ரெண்டுமே. வருத்தத்தைத் தூக்கிப் போட்டுட்டு சந்தோஷத்தை மட்டும் பத்திரமா வச்சுக்கறேன்...'

'அந்தப் பையன் ஞாபகார்த்தமா...'

'எல்லா ஏற்பாடும் நாகரத்தினம் செய்யறார் மாமா.'

மஞ்சரி, 'அவர் வேண்டாம். நானே செய்யறேன் அண்யா' என்றாள்.

'யாராவது... செய்தா சரி. பரமேஸ்வரன் ஏன் என்னைப் பார்க்கவே வரலை?'

'அவர் லீவில் போயிருக்கார்னு சொன்னாங்க. நாகு வந்ததும் கேட்டுருங்க.'

மஞ்சரி, பரமேஸ்வரன் கொடுத்த அந்த செல் நம்பரைக் கூப்பிட்டாள்.

'மிஸ் மஞ்சரி, நீங்க கூப்பிடுவீங்கன்னு எதிர்பார்க்கலை. புஸ்தகம் எப்படி இருந்திச்சு?'

'என்ன புஸ்தகம்?'

‘சாக்ரடீஸிலிருந்து சார்த்தர் வரை.’

‘கொண்டுவந்தது நீங்களா?’

‘ஆமாம்.’

‘நண்பர்னீங்க?’

‘நேரா வாங்க சொல்றேன். கார்ல வராதீங்க. யார்கிட்டயும் சொல்லாம, தெரியாம, ஒரு பத்திரத்துக்குத்தான், பஸ்ல வாங்க.’

‘எங்க வரணும்?’

‘ம்யூசிக் அகாடமி பாலத்துக்கிட்ட காப்பர் பௌல்னு ஒரு ரெஸ்டாரண்ட்... அங்க வாங்க.’

‘யாராவது ஃபாலோ பண்ணுவாங்களா?’

‘அந்த பயம் இல்லை. இதுவரை ஃபாலோ பண்ணுனது நான் தானே!’

மேம்பாலத்தில் கார்கள் விரைந்துகொண்டிருக்க, பக்கவாட்டுக் குறுகிய பாதையில் ஒளிந்துகொண்டிருந்தது அந்த ரெஸ்டாரண்ட். பின்பக்கம் படியேறிச் செல்லவேண்டியிருந்தது. மத்யான வேளை, ஏறக்குறைய காலியாக இருந்தது. கோடியில் கம்மி வெளிச்சத்தில் காதலர் இருவர் கையைப் பற்றிக்கொண்டு முகத்தோடு முகம் பேசிக் கொண்டிருந்தார்கள்

அவர்களிடமிருந்து விலகி உட்கார்ந்தாள்.

அவன் சட்டென்று அவள் அருகில் வந்து உட்கார்ந்தான்.

‘ஹாய் என் பேரு... ரவிப்பிரகாஷ்.’

‘அழகேசனை எப்படித் தெரியும்?’

‘டு டெல் யு தி ட்ரூத், அவரை எனக்குத் தெரியாது.’

‘பின்ன அந்தப் புத்தகம்?’

‘அவர்கிட்ட இருந்தது. கீழே விழுந்திருந்தது. எடுத்துக்கிட்டேன்.’

‘ஆக்ஸிடெண்டுக்கு அப்புறமா?’

'அது ஆக்ஸிடெண்ட்டே இல்லைங்க.'

'இஸிட்! எப்படிச் சொல்றீங்க? உங்களுக்கு எப்படித் தெரியும்?'

'நான் ட்யூட்டில இருந்தேன். ஐடிஏல எனக்கு வேலை. உங்களையும் அழகேசனையும் தினம் கண்காணிச்சு டெய்லி ரிப்போர்ட் கொடுத்து வந்தேன். நீங்க போன இடங்கள், புக் ஷாப், கொட்டிவாக்கத்துல அவங்க பைப் வீட்டுக்குப் போனது... எல்லாம் மினிட் பை மினிட் நான்தான் ஒரு ஐம்பதடி தூரத்திலிருந்து வேவு பார்த்தவன். அதுக்காக அவமானப்படறேன். என்னதான் கடமை, பிழைப்புக்காகன்னாலும் மனச்சாட்சி இந்தக் கேவலமான செயலை ஒத்துக்கலை. அதுவும் அன்னிக்கு அழகேசனுக்கு நடந்ததைப் பார்த்ததும், நமக்கும் இந்தமாதிரி விபத்து நடக்க அதிக நாட்கள் ஆகாதுன்னு...' ரவிப்பிரகாஷ் சட்டென்று எழுந்து 'எக்ஸ்க்யூஸ் மி' என்று டாய்லெட் பக்கம் சென்றான்.

மஞ்சரி அந்த நாடகத்தைக் கவனித்தாள். நான்கு பேர் அந்த ரெஸ்டாரண்டின் உள்ளமைப்புக்கும் வாடிக்கைக்கும் சம்பந்தமில்லாத தோற்றத்தினர், மேனேஜரை முரட்டுத்தனமாக ஏதோ விசாரித்தனர். அவர் மஞ்சரி உட்கார்ந்திருந்த மேஜையைக் காட்டினார். அதன்பின் அவர்கள் பாத்ரூமை நோக்கிச் சென்றனர்.

25

அந்த இளைஞன் பாதி வாக்கியத்தில் விட்டுச்சென்ற அவசரத்தில் எச்சரிக்கை இருந்தது. அவனைத் தேடி வந்தவர்கள் பாத்ரூமுக்குச் செல்லும் வழியைக் கண்காணித்த மேசையில் போய் உட்கார்ந்தார்கள். அவர்களை ஓட்டல் சிப்பந்தி அணுகி 'வாட் வில் யு ஹாவ் சார்? என்று கேட்க, 'பொத்திக்கிட்டு போடா' என்று அந்த 'காப்பர் பௌல்' மேல் மட்டச் சூழ்நிலைக்குப் பொருத்தமில்லாத பாஷையைப் பயன்படுத்த, சிப்பந்தியின் முகம் சிவந்து சுருங் கியது. மஞ்சரிக்கு, சென்ற அரைமணியில் நடை பெற்ற வேகமானசம்பவங்களைவகைப்படுத்தவோ, பொருட்படுத்தவோ முடியவில்லை. அவளுடைய செல்போன் உறுத்தியது.

'நாந்தாங்க பேசறேன். பாத்ரூமுக்குள்ளருந்து வெளிய வர பயமா இருக்குதுங்க. அந்தாளுங்க எனக் காகக் காத்திருக்காங்க. அழகேசனுக்கு நேர்ந்தது எனக்கும் நேரப் போவுது.'

'நான் என்ன செய்யணும்?' என்றாள்.

'பாதுகாப்பு கேளுங்க, இல்லை நீங்க செக்யூரிட்டி யோட பாத்ரூமுக்குள்ள வாங்க. உங்ககூட வெளிய வந்தா தாக்க மாட்டாங்க.'

இவள் பேசுவதைக் கவனித்த அடிதடி ஆசாமிகள் சட்டென்று காரியத்தில் இறங்கினர். திபுதிபுவென்று

பாத்ரூமுக்குள் பாய்ந்தனர். மஞ்சரி மேனேஜரையும் ஒன்றிரண்டு பேரையும் அழைத்துக்கொண்டு அங்கே செல்வதற்குள், அவர்கள் உள்ளே சென்ற வேகத்தில் திரும்பி வந்தனர். மேசை நாற்காலிகளை உதைத்து விலக்கிவிட்டு, வாசலில் நிறுத்தி யிருந்த இரண்டு மோட்டார் சைக்கிள்களில் ஏறி விருட்டென்று சென்றுவிட்டனர்.

பாத்ரூமுக்குள் முனகல் சப்தம் அவளை வரவேற்றது. அவன் ரத்த வெள்ளத்தில் கிடந்தான். முகம் நொறுங்கியிருந்தது. உதடு கள் தடித்திருந்தன. மூக்கு ஓரம் ரத்தம், இலேசாக மூச்சு.

‘சீக்கிரம்! ஆம்பலன்சுக்குச் சொல்லுங்க.’

ஆம்புலன்சில், ‘ஐம் ஸாரி, ஐம் ஸாரி’ என்று மந்திரம்போலச் சொல்லிக்கொண்டே அவன்கூடப் பயணம் செய்தாள். மினர்வாவின் அவசர சிகிச்சைப் பிரிவில் சேர்ப்பதற்குமுன் அவனுக்கு வண்டியிலேயே டிரிப் ஏற்றி முதலுதவி கொடுத் தார்கள். மினர்வாவில் அவனை உடனே வாங்கிக்கொண்டு திறமையாக காயங்களைப் பாகுபடுத்தி சர்ஜனை அழைத்துவந்து தையல் போட ஆரம்பித்துவிட்டார்கள். அவனுக்குப் பேச முடிந்தபோது, சன்னக்குரலில், ‘மஞ்சரி போகாதீங்க, மறுபடி வருவாங்க.’

‘நீங்க போங்க மேடம், நாங்க பாத்துக்கறோம்.’

‘பாத்துப்பீங்களா? அந்த ரௌடிங்க மறுபடி வரலாம்.’

‘இது ரொம்பப் பத்திரமான இடம். செக்யூரிட்டி இருக்காங்க. போலீஸ் இருக்காங்க. நீங்க போங்க. யு லுக் டயர்டு’ என்றார் அந்த இளம் டாக்டர்.

‘மஞ்சரி போகாதீங்க’ என்று கெஞ்சிவிட்டு, அதற்கு மேல் பேச முடியாமல் அரை மயக்கத்தில் ஆழ்ந்தான் அவன்.

உண்மையில் மிகவும் களைத்திருந்தாள். நாக்கு வறண்டிருந்தது. ‘பாத்துக்கங்க’ என்று மறுபடி செக்யூரிட்டி கார்டிடம் சொல்லி விட்டு ‘இஸ் ஹி ஸேஃப்?’ என்ற கேஷுவால்ட்டி டாக்டரிடம் கேட்டாள்.

‘ஐ ஸப்போஸ் ஸோ.’

‘சிஸ்டர் பாத்துக்கங்க. ஒரு காப்பி சாப்ட்டுட்டு வந்துர்றேன்.’

லௌஞ்சுக்கு வந்து காப்பி வாங்கிக் குடித்துக்கொண்டிருக்கும்போது பின்னால் குரல் கேட்டுத் திடுக்கிட்டாள். ‘இங்க இருக்கியா? டிரைவர் சொன்னான். ஆம்புலன்ஸ்ல போனியாம்? என்ன ஆச்சு? யாரு?’ என்றார் நாகரத்தினம்.

‘ஒண்ணுமில்லை மாமா. தெரிஞ்சவர் ஒருத்தருக்கு லேசா அடி.’

‘யாரு, பேர் என்ன?’

‘பேரு வந்து... பேரு வந்து...’ டாக்டர்களின் பெயர்ப் பலகையைப் பார்த்தாள்.

‘கோவிந்தராஜ்.’

நாகரத்தினம் சந்தேகமாகப் பார்த்து, ‘எதையாவது மறைக்கிறியாம்மா, சொல்லு. நாங்கள்ளாம் உனக்கு விரோதிங்க இல்லை, நீ நம்ம குடும்பம்.’

‘ஒண்ணையும் மறைக்கலை மாமா.’

திரும்ப கேஷுவால்ட்டிக்குச் சென்றபோது அங்கே அவனைக் காணவில்லை. யாரோ ஒரு பெண்மணி, என்ன கஷ்டமோ, எதையோ விழுங்கிவிட்டு உயிருக்கு மன்றாடிக் கொண்டிருந்தாள்.

‘சிஸ்டர், இங்க அரைமணி முன்னால அட்மிட் ஆனாரே, அந்த பேஷண்ட் எங்கே?’

‘ஜெனரல் வார்டுக்கு அனுப்பிச்சிருக்கு.’

அங்கே போனால், ‘ட்ரீட்மெண்டு முடிஞ்சு எந்திரிச்சுப் போய்ட்டாரோ என்னவோ?’

நாகரத்தினம் உடன் வந்திருந்தார். ‘யாரைம்மா தேடறே, சொல்லு, நான் தேடித்தர்றேன்.’

‘ஒண்ணுமே புரியலை மாமா.’

‘பாரு கண்ணு, நம் வீட்டுக் கவலையே கோடி இருக்குது. ஆபரேசன் முடிஞ்சு பெரியவருக்கு சரியா குணமாவணும்னு உலகமே காத்திருக்கு. எவனோ கோவிந்தராஜனைப் பத்தி கவலைப்படறதில் அர்த்தமில்லை, வா வீட்டுக்குப் போகலாம்.’

'நீங்க போங்க மாமா.'

'அட வான்னா' என்று கையைப் பிடித்தார்.

'மாமா, கையை எடுங்க' என்றாள் அழுத்தமாக.

'என் மச்சினிச்சியை நான் தொட்டா என்ன?'

'மாமா, கையை எடுங்க' என்றாள் மீண்டும் அழுத்தமாக.

அவர் சிரித்துக்கொண்டு கையை ஒருமுறை அசிங்கமாகத் தடவி விட்டு நீக்கினார்.

'இனிமே இந்த மாதிரி பொது இடத்துல செய்யாதீங்க, எனக்குக் கோவம் வரும்.'

'சும்மா தொட்டதுக்கா இப்படி? என்னவோ ரேப் பண்ண மாதிரி?'

'சும்மா தொடலை நீங்க.'

சற்று நேரத்தில், 'நீங்க சொல்றதும் சரிதான் மாமா. எதுக்கு ஒரு அன்னியனுக்காக மண்டையை உடைச்சுக்கணும்' என்று புன்னகை செய்தாள்.

தெளிவு வரும் வரை அவள் யாரையும் நம்ப விரும்பவில்லை. யாரையும் கேட்கத் தயக்கமாக இருந்தது. தன்னைச்சுற்றி ஒரு சூழ்ச்சி வலை விரிக்கப்பட்டிருப்பதை உணர்ந்தாள். அந்த வலையில் யார் எவ்வளவு தூரம் பங்கு பெற்றிருக்கிறார்கள் என்பது தெரியவேண்டும். அதில் நாகரத்தினம் உண்டு. பார்கவா உண்டு. மரகதம் உண்டா? கல்யாணி அக்கா உண்டா? பாலா உண்டா? ஐயர் உண்டா? ஏன் அண்யா உண்டா? அவளைச் சந்திக்க விரும்பிய அந்த உளவு இளைஞனைச் சந்தித்துப் பேசும் வரை, கொஞ்சம் தாழ்ந்திருக்க முடிவு செய்தாள். ஆனால் இந்த சூழ்ச்சியின் ஆரம்பத்தையும் விஸ்தாரத்தையும் என்ன ஆனாலும் கண்டுபிடிப்பது என்று தீர்மானித்தாள். அழகேசனை இழந்த துயரம் நீங்காத நிலையில், அவளது சிந்தனா சக்தியில் தடுமாற்றம் இருந்தது. நிறுத்தி நிதானமாக எதையும் யோசிக்க இயல வில்லை. எல்லாம் ஓர் அபத்த நாடகத்தின் காட்சிகள் போலத் தோன்றியது. இப்போதுகூடக் கதவைத் திறக்கும்போது கையில் ஒரு புத்தகத்துடன் அழகேசன் நின்றால் ஆச்சரியப்பட மாட்டாள். அவன் இறந்ததில் அத்தனை அவநம்பிக்கை இருந்தது.

பரமேஸ்வரனுக்கு போன் செய்தாள். 'நீங்க ஏற்பாடு செய்திருந்த டிடெக்டிவ் ஏஜென்சி பையன் எங்கிட்ட ஏதோ சொல்ல வந்தான் மாமா. ஆளை வச்சு அடிச்சுட்டாங்க மாமா. என்னைச் சுத்தி என்ன நடக்குதுன்னு தெரியலை. யாரையும் நம்ப முடியலை. நீங்களே இந்த சதில உண்டாங்கறது கூட சரியாத் தெரியலை. ஆனா யாராவது ஒருத்தரை நம்பித்தான் ஆகணும். உங்க விசுவாசம் எனக்குத் தெரியும். சொல்லுங்க. என்ன ஏற்பாடு இது? உங்க மக மாதிரி கேக்கறேன்.'

'மஞ்சு, ஒரு பப்ளிக் போனுக்கு வந்து பேசேன்?'

'ஐ டோண்ட் கேர் எனிமோர். யார் வேணா ஒட்டுக் கேக்கட்டும், வேவு பார்க்கட்டும். உண்மை என்ன? அதைச் சொல்லுங்க மாமா. நீங்க ரிசைன் பண்ணினதுக்கு நிஜமான காரணம் சொல்லுங்க.'

'மஞ்சு, இன்சாஃப்ல சமீபத்தில மகாபாவமான காரியங்கள் எல்லாம் நடந்திருக்கு.'

'அண்யாவுக்குத் தெரிஞ்சா?'

'இல்லை. அவருக்குத் தெரியாம, அவருடைய ஹார்ட் ட்ரபிளை வெச்சுண்டு, ஷேர் மார்க்கெட்ல முன்னூறு கோடிக்கான ஒரு பெரிய கள்ள வியாபாரம் நடந்திருக்கு. நீ முதல்ல அந்த ப்ரகாஷ் கூடப் பேசியே ஆகணும். அதுக்கு நான் ஏற்பாடு பண்றேன். ரொம்ப பயந்திருக்கான். தலைமறைவா இருக்கான். அவன் உயிருக்கு ஆபத்து வந்திருக்கு. ஒரு வாரம் ஒண்ணுமே நடக்கலை போல ஆத்திலயே இரு. அவனைச் சந்திக்க ஏற்பாடு பண்ண வேண்டியது என் பொறுப்பு. அவன் பார்த்ததைச் சொல்வான். ஷாக்கிங்கா இருக்கும். இப்படியெல்லாம் மனுஷா இருப் பாளான்னு மனுஷ ஜாதி மேலயே நம்பிக்கை போயிடும். எச்சரிக்கையா இரு. இப்ப எதையும் யோசிக்காதே. உனக்குத் தெளிவும் நல்ல புத்தியும் கொடுக்க வெங்கடேசப் பெருமாளை வேண்டிக்கிறேன். ஒரு விஷயம் மட்டும் சொல்றேன். அவா காட்டுற எந்தக் காகிதத்திலயும் கையெழுத்து போடாதே. மாட் டேன்னும் சொல்லாதே. டயம் கேளு. அவா ஒவ்வொருத் தரையும் உன்னால தண்டிக்க முடியும். அந்த ஷேர்கள் உன் வசம் இருக்கறவரை.'

அவனை அடுத்த வாரம் சந்தித்தாள். கோடம்பாக்கம் மேம்பாலம் அருகில் பகலிலேயே இருண்டிருக்கும் ரெஸ்டாரண்டில் அங்கும்

இங்கும் பார்த்துக்கொண்டு அவளை அணுகி, மேசையில் நழுவி கண்ணாடியைக் கழற்றினான்.

'உங்களை நான் பாத்திருக்கேன்.'

'செமத்தியா அடி வாங்கின டிடெக்டிவ்.'

'என்ன முடியை வெட்டிட்டிங்க, தாடி?'

'கண்ணாடிகூட, தேவையில்லாத கண்ணாடி. எல்லாம் உங்க நாகரத்தினம் அடியாளுங்களுக்குப் பயந்துதாங்க. அன்னிக்கு உண்டு இல்லைன்னு பண்ணிட்டாங்க. இன்னும் தாடையில் வலி போகலே. மார்பெலும்பு ஒண்ணு உடைஞ்சிருக்கு' என்று சட்டைக்குள் பேண்டேஜைக் காட்டினான். 'வேண்டாண்டா சாமி, பெரிய எடத்து பொல்லாப்பு'ன்னு விலகிக்கலாம்னா, ஆத்திரம் தீரலைங்க. மவனே, உங்களை ஒவ்வொருத்தரையும் ஒரு வழி பண்றேன் பாருன்னு சபதம் எடுத்துக்கிட்டேன். சொல்லுங்க, உங்களுக்கு என்ன இன்ஃபர்மேஷன் வேணும்?'

'அழகேசனுக்கு என்ன ஆச்சு?'

'அழகேசன் விபத்தில சாகலை. கொல்லப்பட்டான்.'

26

மஞ்சரிக்கு அதைக் கேட்டதும் யதார்த்தத்தைக் கண்ணுக்குக் கண் சந்திக்கும் ஐஸ் கத்தி தாக்கியது.

'சொல்றதுக்குத் தயக்கமா இருக்கு, கேட்கறதுக்கான மன தைரியம் உங்களுக்கு இருக்கும்னு நம்பறேன். யார்கிட்டயாவது நான் சொல்லியே ஆகணும். இல்லன்னா செத்துருவேன்.'

'பீடிகை வேண்டாம். சொல்லுங்க' என்றாள் கிணற்றுக் குரலில்.

'அழகேசன் உங்களை ஆஸ்பத்திரியில சந்திச்சிட்டு வெளிய வந்தார் பாருங்க... ஃபாயர்லருந்து மெல்ல சரிவில இறங்கினார். ரோடுக்கு வந்து நடந்துக்கிட்டிருந்தார். பஸ் பிடிக்கக் குறுக்க கடந்தார். நான் கொஞ்ச தூரத்தில் பழரசக் கடையிலிருந்து பாத்துக்கிட்டிருக்கேன். என் ஆபீசுக்கு போன் பண்ணேன். 'இனிமே நீ அழகேசனைப் பின்தொடரவேண்டாம். இன்சாஃப் கம்பெனில நிறுத்தச் சொல்லிட்டாங்க. காண்ட்ராக்டை கேன்சல் பண்ணிட்டாங்க'ன்னாங்க. 'பேசாம ஆபீசுக்கு வா'ன்னாங்க. அப்ப ஒரு ஆம்னி வந்துச்சு. நம்பரை நோட் பண்ணிருக்கேன். 1216. ரெண்டு பேர் எறங்கினாங்க. அழகேசனை மூர்க்கத்தனமா உள்ள தள்ளி உக்கார வச்சாங்க. முகத்தைப் பொத்தினாங்க. மண்டைல கடப்பாரை மாதிரி கனமான பொருளால அடிச்சாங்க. அவன் அப்படியே சரிஞ்சான். சர்ருனு கிளப்பிட்டுப்

போனாங்க. பின்னாலேயே ட்ராஃபிக் போலீஸ் கொஞ்ச நேரத்தில் கூட வருது. எனக்கு வினோதமா இருந்திச்சு. நான் விடலை. பின்னாலயே பைக்ல பின்தொடர்ந்தேன். இ.சி.ஆர் ரோடு பக்கம் போனாங்க. டோல் பே பண்ணிட்டு, கானத்தூர் தாண்டி கேளம்பாக்கம் போற பாதையில திரும்பிட்டாங்க. போலீஸ் வேன் நேராப் போய்ட்டுது. இவங்க ஆள் நடமாட்டம் இல்லாம, உப்பளம் இருக்கு பாருங்க, அங்க நிறுத்தினாங்க. நான் பாத்துக்கிட்டிருக்கப்ப, ஒரு ஆம்புலன்ஸ் சொல்லி வச்சாப்பல வருது. அழகேசனை மாருதி வேன்லருந்து ஆம்புலன்ஸுக்கு ரெண்டு பேர் பிடிச்சுக்கிட்டு படுத்த நிலையில மாத்தினாங்க. அவர் தலை சாஞ்சிருந்தது. கண் மூடியிருந்தது. மண்டைல நல்லா அடிச்சிருக்காங்கபோல. அப்புறம் ரெண்டு வண்டியும் ஆம்புலன்ஸ் ஊளையிட புறப்பட்டுருச்சு. அந்த இடத்தில என்னவோ கிடந்தது. நான் பைக்கை நிறுத்திவிட்டு கிட்டப் போய்ப் பார்க்கறேன், அழகேசனுடைய பை. அதில அந்தப் புஸ்தகம் இருந்திச்சு.' அவன் நீண்ட பெருமூச்சு விட்டான்.

'உங்கப்பாவுடைய ஆபரேஷனைச் சுத்தி நடந்த மிக மிகப்பெரிய பலநூறு கோடி ரூபாய் வியாபாரத்துல அழகேசன் பலி கொடுக்கப்பட்டவர். எல்லாரும் உடந்தை. போலீஸ், டாக்டர்ங்க அத்தனை பேரும் விலைக்கு வாங்கப்பட்டிருக்காங்க.'

மஞ்சரியின் நாக்கு வறண்டிருந்தது. மூச்சு முட்டியது. மளமள வென்று தண்ணீர் குடித்தாள். உடையெல்லாம் நனைந்தது.

'ஆர் யூ ஆல்ரைட்? மேல சொல்லட்டுமா?'

தலையசைத்தாள்.

'உங்கப்பாவுக்கு உடல் நலம் குறைந்த நிறையில் ஸ்டாக் வேல்யு மளமளன்னு சரிய, பரபரப்பா எல்லாரும் விக்கத் தொடங்க, 'ஸீகல் ட்ரேடிங்'னு ஒரு கம்பெனி ஷேரையெல்லாம் வாங்கிட்டாங்க. இப்ப உங்கப்பாவுக்கு ஆபரேஷன் வெற்றிகரமா முடிஞ்ச நிலையில மறுபடி ஸ்டாக் நிலை ஏறிக்கிட்டு வருது. சரியான சமயத்தில் வித்துருவாங்க. எல்லாம் ஒண்ணுக்குள்ள ஒண்ணு. இன்ஸைடர் ட்ரேடிங்னு பேரு.'

'இது சட்ட விரோதமானது இல்லையா?'

'ஆமாம், இதையெல்லாம் கண்காணிக்கும் நிறுவனமான செபி அதை விசாரிச்சா, வண்டவாளம் வெளிப்படும். சம்பந்தப்பட்ட வங்க எல்லாரையும் ஜெயில்ல போடலாம்.'

'நீங்க இதில எனக்கு உதவி செய்வீங்களா?'

'ஆளை விடுங்க, ஏற்கெனவே அதிகப்படியா தெரிஞ்சு வச்சிருக்கேன். உயிருக்கு ஆபத்து. கொஞ்சநாள் தலைமறைவா இருந்தே ஆகணும். இல்லை, நாகரத்தினம் ஆளுங்க என்னை அடிச்சே கொன்னுடுவாங்க.'

'நான் என்ன செய்யணும்?'

'கொஞ்ச நாளாவது கண்டுக்காம இருங்க.'

'பரமேஸ்வரன் மாமா அப்படித்தான் சொன்னார். பரமேஸ்வரன் இதில உடந்தையா?'

'சேச்சே. அந்தாளு அப்பிராணி! தயிர் சாதம் சாப்பிடறவங்க இந்த மாதிரி குற்றத்தில் இறங்க மாட்டாங்க. இது பெரிய கை. பார்கவா, பாம்பே சோட்டா, சிப்பி, தாமோதரன், அப்புறம் துபாய் கனெக்ஷன், லண்டன் கனெக்ஷன், நியூ யார்க், எல்லாம் இருக்கு, ரூத்லஸ். இவங்களுக்குப் பயந்துகிட்டு சிம்கார்டைப் பிடுங்கிப் போட்டுட்டேன். தலைமறைவா இருந்தே ஆகணும். இல்லை, தலை போய்டும்.

'மஞ்சரி, ஒரு அளவுக்கு மேல சம்பாதிக்கணும்னா, குற்றங்கள் பல செய்தே ஆகணும். முன்னூறு கோடியெல்லாம் ஒரு ஆளால சட்டத்துக்குள்ள பத்து வாழ்நாள்லகூட சம்பாதிக்க முடியாது. அதை ஒரு மாதத்தில சம்பாதிக்கணும்னா, பலி விழுந்துதான் ஆகணும். வரேன். உங்களுக்கு இதுக்கு மேல உதவி செய்ய இப்போதைக்கு தைரியம் இல்லை, ஸாரி!'

சட்டென்று புறப்பட்டான்.

அன்றிரவு மஞ்சரியின் கனவில் அழகேசன் வந்தான். ஒரு பாம்பைப் பத்துப் பேர் துரத்தி அடிப்பதைத் தடுத்து நிறுத்தி, 'ஏண்டா அதை அடிக்கறீங்க? உனக்கு இந்த உலகத்தில் வாழ எவ்வளவு உரிமை இருக்கோ அவ்வளவு அதுக்கும் இருக்கு. இந்தப் பாம்பு விஷமில்லாத தண்ணிப் பாம்பு.'

'உன் உரிமையைப் பறிச்சுட்டாங்களே அழகி!'

'அதனால பரவாயில்லை. அதுக்கான பலனை அனுபவிப்பாங்க. பொயட்டிக் ஜஸ்டிஸ்னு ஒண்ணு இருக்கில்ல. சொல்லு, வினை விதைத்தவன் என்ன ஆவான்?'

அவனுக்குப் பதில் சொல்வதற்குள், 'மஞ்சள் அழகி, எனக்கு நேரமாச்சு, தாத்தாக்களை வச்சு ஒரு நாடக ஒத்திகை பாத்துக் கிட்டிருக்கேன். பேரு டெத்' என்று டிரைவர் இல்லாத பஸ்ஸில் ஏறிச் சென்றான்.

வியர்வையில் குளித்தெழுந்தாள். ஹாலில் சன்னமான குரலில் டெலிபோனில் யாரோ பேசுவது கேட்டது. அதன் எக்ஸ்டென் ஷனை ஓசைப்படாமல் எடுத்துக் காதில் வைத்துக் கொண்டாள்.

'ரொம்ப ப்ராப்ளம் கொடுக்கப் போறான்னுதான் தோணுது. மறுத்தா கையெழுத்தை நாம போட்டுட வேண்டியதுதான். பெரியவர் மறுபடி ஆபீஸ் வரதுக்குள்ள போர்டு மெம்பர்களை மாத்திடணும். எத்தனை ப்ராக்ஸி வாங்க முடியுமோ வாங்கிடு.'

'பொண்ணு ஏதாவது ஏடாகூடமா செய்துட்டா?'

'காதலன்கிட்ட அனுப்பிட வேண்டியதுதான். இப்பவே சூசைடு ரேஞ்சுக்குப் போனாலும் ஆச்சரியமில்லை. உளவு பாத்த பையன் புத்தியைக் காட்ட இருந்தான். தட்டுன தட்டுல தலைமறைவா ஆயிட்டான். என் ப்ரின்சிப்பிள், அனாவசியமா ஒருத்தரைக் கொலை செய்யக்கூடாது. அவசியமானதைப் போட்டுத் தள் ளிடணும். இதில் இண்ட்ரஸ்டிங்கான விஷயம், அழகேசன் பேர்ல ஒரு பெரிய ஹார்ட் ஸ்பெஷாலிட்டி ஆஸ்பத்திரி திறக் கறதை பெரியவர் எங்கிட்ட ஒப்படைச்சிருக்கார்! பட்ஜெட் கேட்டிருக்கார்.'

மஞ்சரி தீர்மானித்துவிட்டாள்.

அப்போது நடுராத்திரி. நிதானமாக இறங்கி வந்தாள். 'மாமா!'

நாகரத்தினம் திடுக்கிட்டார். 'என்ன கண்ணு, தூக்கம் வரலியா?'

'எல்லாரையும் கூப்பிடுங்க.'

'என்ன விஷயம்?'

'எல்லாரையும் கூப்பிடுங்க, கையெழுத்து போடற விஷயமா கொஞ்சம் பேசணும்.'

'அது ஒண்ணுமில்லை கண்ணு. ஷேர்ங்களை எல்லாம் டி-மேட் பண்ணி வெச்சிருக்கறதால, அவங்களுக்கு ஒரு ஆத்தரைசேஷன் லெட்டர் கொடுக்கணும். அவ்வளவுதான்.'

'எல்லாரையும் கூப்பிடப்போறீங்களா, இல்லையா?' என்று உச்சக் குரலில் அதட்டினாள். நாகரத்தினம் அவளைச் சந்தேகத் துடன் பார்த்து 'யாரை, யாரை?'

'எல்லாரையும்!' சற்று நேரம் அழுதாள்.

'காலைல பேசலாம். போய்த் தூங்கு. ரொம்ப மனக்கலக்காம இருக்காப்ல. உன் வருத்தம் புரியுது கண்ணா. சரவணனையோ, விஜியையோ கல்யாணம் செய்துக்கிட்டா உனக்கு மன நிம்மதி கிடைக்கும். அவங்களும் உன்னை நல்லா பாத்துப்பாங்க. ஒண்ணும் குடிமுழுகிப் போகலை.'

'கையெழுத்து போடலைன்னா கொன்னுடுவீங்களா மாமா?'

'என்ன சொல்ற?'

'அழகேசனைக் கொன்னாப்பல!'

அவர் நெற்றி சுருங்கியது. 'அழகேசன்? கொன்னமா? என்ன உளர்றே? இதெல்லாம் உனக்கு யார் தப்புத்தப்பா சொல்றாங்க? பாரு, நாளைக்கு எழுந்த உடனே போலீஸ் ஸ்டேஷன் போவோம். எஃப்.ஐ.ஆர் பதிவாகியிருக்கு. அழகேசனுக்கு நடந்தது ஒரு விபத்து. அவன் பயன்படுத்தின மோட்டார் சைக்கிள் அங்க கிடக்குது. விபத்தைப் பாத்தவங்க வாக்குமூலங்கள் பதிவாகி யிருக்கு.'

'அப்படியா? நீங்க அவனைக் கொல்லலையா?'

'லூசுத்தனமாப் பேசாதே! பாரு, அவன் விபத்தில் இறந்துபோய் பெரியவருக்கு அவன் இதயம் பொருந்தியிருந்தது ஒரு தற்செய லான விஷயம். இந்த மாதிரியும் சந்தேகம் வரும்னுதான்... நாளைக்கு எல்லா ரெகார்டையும் காட்டறேன். ஆஸ்பத்திரியில் சர்ட்டிபிகேட் கொடுத்தவங்க எல்லாம் பெரிய பெரிய டாக்டருங்க. அவங்க ரிப்போர்ட்டையும் காட்டச் சொல்றேன். அவனைக் காப்பாத்த நாங்க பண்ணின முயற்சிங்களை எல்லாம் கேட்டின்னா, அப்படியே உருகிப் போயிருவே.'

மஞ்சரி மௌனமாக இருந்தாள்.

சற்றுநேரம் யோசித்துவிட்டு, 'நீங்க சொன்னாச் சரி' என்றாள்.

உள்ளம் துறந்தவன் ♦ 169

27

மாற்று இதயம் பொருத்தியபின், ராகவேந்தர் மெல்லத்தான் குணமாகி வந்தார். உடலின் எடை குறைந்திருந்தது. சோர்வு அதிகமாகியிருந்தது. 'ஆறு மாதத்துக்கு அலுவலக வேலை எதுவும் பார்க்கக் கூடாது' என்று டாக்டர் ராவ் ஆணித்தரமாகச் சொல்லிவிட்டார். பாலா அவரைப் பதினைந்து நாள் கண்காணித்துவிட்டுச் சென்றார். மஞ்சரியை, விசா கிடைத்தவுடன் ஒரு மாறுதலுக்கு அமெரிக்கா வந்து, அண்டர்கிராஜுவேட் படிப்பில் சேருமாறு சொல்ல, அவள் தலையாட்டினாள். 'இப்படி மையமாத் தலையாட்டினா என்ன அர்த்தம்?' என்றாள் மரகதம்.

'அழகேசனை நெனச்சு வாழ்க்கை பூரா உருகிக் கிட்டிருக்கப் போறியா?'

'அத்தை, அவ எல்லாம் சரியாயிடுவா. அமெரிக்கா வந்த மறுவாரத்திலயே மறந்துருவா பாருங்க.'

'இல்லை, மறக்க மாட்டேன்' என்று மனசுக்குள் சொல்லிக் கொண்டாள். இப்போதெல்லாம் யார் எது சொன்னாலும் பேசாமல் இருக்கப் பழகி விட்டாள். அவளுடைய பெரும்பாலான பதில்கள் உள்ளம் ஒத்துழைக்காத சின்னப் புன்னகைகளாகவே இருந்தன.

ராகவேந்தர் வீட்டுக்கு வந்துவிட்டார். உடலுக்குள் அந்நிய இதயத்தை நிராகரிக்கும் தடுப்புச் சக்திகளை மழுப்ப, அவருக்கு நிறைய மருந்துகள் கொடுக்கப்பட்டு வந்தன. அதனால் முதல் மாதம் அவரை யாரும் சந்திக்க இயலவில்லை. உறவினர்கள் அனுமதிக்கப்பட்டாலும், தூரத்திலிருந்தே கண்ணாடிக்கு வெளியேதான் நின்று பார்க்க முடிந்தது. முழுவதும் கட்டுப் படுத்தப்பட்ட சூழ்நிலையில், திறமையுள்ள நர்ஸ்களின் மேற் பார்வையில், வேளைக்கு வேளை உணவும் மருந்தும் அளிக்கப் பட்டு, எவ்வித நோய்க்கிருமியும் தொற்றிக் கொள்ளாமல், பத்திரமாக, மெல்லிய கண்ணாடிப் பொருள் போலப் பாது காக்கப்பட்டு வந்தார்.

'அவருக்கு நடந்ததெல்லாம் தெரியுமா? சதிச்செயல்கள் எல்லாம் புரியுமா' என்ற சந்தேகம் மஞ்சரிக்கு விலகவில்லை. யாரையும் அவளால் நம்ப முடியவில்லை. தனியாக, மிகத் தனியாக ஒரு கொடூரச் செயலின் அநியாயத்தை விழுங்கி, மனசுக்குள் வைத் திருந்தாள். வெளியில போகும்போதெல்லாம், நாகரத்தினம் யாரையாவது கூட அனுப்பிக் கண்காணித்தார். தனியாக அவளை விடவே இல்லை. நாகரத்தினம் புதிதாக இரண்டு மேல்நாட்டு கார்களை வாங்கியிருந்தார். இன்சாஃப் நிறுவனத்தில் 'ஆபீசர் ஆன் ஸ்பெஷல் ட்யூட்டி' என்று புதுப் பதவிக்கு தனக்கே வேலை போட்டுக்கொண்டார். ராகவேந்தரின் அறையில் உட்கார்ந்தார். அவரைக் கேட்பார் யாரும் இல்லை. கேட்டால் அவர்களைப் பதவி நீக்கினார். மாற்றினார். தண்ணீர் போல தாராளமாகச் செலவழித்து கெஸ்ட்ஹவுஸ், தனி வீடு என்று வாங்கித் தள்ளி னார். வீட்டுக்கு அலங்காரத்துக்கென்றே ஏறத்தாழ ஐம்பது லட்சம் செலவழித்தார். கல்யாணி நகையாக வாங்கி அடுக்கிக் கொண்டாள். மரகதத்துக்கு, புருஷன் பிழைத்துவிட்டார் என்று தெரிந்ததும் நகை ஆசை மீண்டது. சரவணன் ஸ்போர்ட்ஸ் கார் வாங்கியிருந்தான். அவன் புதுப்படம் எடுக்க பூஜை போட்டான். எல்லாம் ஆபீஸ் பணத்தில்.

'இதெல்லாம் ராகவேந்தருக்குத் தெரியுமா?' சந்தேகமாக இருந்தது. வேறு யாரும் தட்டிக் கேட்பதாகத் தெரியவில்லை. எகனாமிக் டைம்ஸ் பத்திரிகையில் இன்சாஃப் போர்டு மாற்றப் பட்டதாகச் செய்தி வந்தது. ராகவேந்தர் சேர்மனாக மட்டும் நியமிக்கப்பட்டு, அவரிடமிருந்து எம்.டி. பதவி, ஆரோக்கியம் காரணமாக நீக்கப்பட்டதாகவும் சில கம்பெனிகளின் நிர்வாகம்

மாறி, புதிய இளைஞர்கள், அதிக சம்பளத்தில் சேர்ந்திருப்ப தாகவும் செய்தி வந்தது. ஒவ்வொரு செயலையும் அடுத்து ஷேர் மதிப்புகள் ஏறி இறங்குவது குழப்பமாகத்தான் இருந்தது. ஒரு கணிசமான டிவிடெண்டு அறிவிக்கப்பட்டது. கம்பெனியின் உள்ளுறை வலுவினால், நான்காவது குவார்ட்டர் முடிவுகள் நன்றாகவே இருந்தன. ஆடிட்டரை மாற்றிப் போட்டு கணிசமான லாபம் காட்டப்பட்டது.

இந்நிலையில் மஞ்சரி ஒருநாள் ராகவேந்தரைச் சந்தித்தாக வேண்டும் என்று தீர்மானித்தாள்.

ஒரே ஒரு தடவை, நர்ஸ்கள் மாறும் இடைவேளையின்போது, அவருடைய அசெப்டிக் அறைக்குள் சென்று, மெல்ல 'அண்யா' என்று அழைத்தாள். அவர் பாதி உறக்கத்திலிருந்து திடுக்கிட்டு எழுந்தார். 'இப்பத்தான் உன்னப்பத்தி கனாக் கண்டேன். நேர்ல வந் துட்ட. ஏம்மா கண்ணு, என்னைப் பார்க்கவே வரலை? கோபமா, வருத்தமா? நீ வந்தாத்தான் எனக்கு குணமாகும்னு எத்தனை தடவை அந்த மலையாளப் பொம்பளைகிட்ட சொன்னேன்.'

'அண்யா, உங்களுக்கு இன்ஃபெக்ஷன் ஆய்டும்னுதான் ஒதுங்கி யிருந்தேன்.'

'உங்கிட்டருந்து எனக்கு அஃபெக்ஷன்தாம்மா ஒட்டிக்கும். அந்தப் பையன் அழகேசன் எனக்கு இதயம் கொடுத்தானே, உன் சினேகிதன், அவர் பேர்ல ஒரு பெரிய ஆஸ்பத்திரி கட்டச் சொல்லியிருக்கேன். அதுக்காக நூறு கோடி ரூபாய் முதல்ல சாங்ஷன் பண்ணச் சொல்லியிருக்கேன்.'

'அண்யா, அதைப்பத்தித்தான் பேச வந்தேன்.'

'என்னம்மா?'

'அந்த ஆஸ்பத்திரி கட்டறதை, நாகு மாமா பொறுப்பில கொடுக் காதீங்க.'

'ஏம்மா?'

முகத்தைத் துடைத்துக்கொண்டாள். 'அவர்தான் அழகேசனைக் கொன்னவர் அண்யா!'

ராகவேந்தரின் நெற்றி சுருங்கியது. 'பைத்தியம் மாதிரிப் பேசறே' என்று மணிப்பொத்தானை அழுத்தினார்.

'நாகரத்தினத்தைக் கூப்பிடு.'

'சார், நீங்க இப்ப ரெஸ்ட் எடுக்கறது...'

'அதெல்லாம் புண்ணாக்காய்ப் போவட்டும். கூப்பிடு அவனை.'

நர்ஸ் பதற்றத்துடன், 'என் வேலை போயிரும்' என்று ஓடினாள். அதற்குள் நாகரத்தினமே வந்துவிட்டார். 'மஞ்சு, இந்த அறையில யாரும் நுழையக்கூடாதுன்னு சொல்லிருக்கேனில்லை? என்ன நர்ஸ்ங்க நீங்கல்லாம்?'

'அதெல்லாம் கிடக்கட்டும். இங்கே வா.'

'என்ன மாமா?'

மஞ்சரியையும் ராகவேந்தரையும் பார்த்து நிலைமையை உடனே கிரகித்துக்கொண்டார்.

'நாகு, இவ சொல்றதப் பாரு. நீதான் அழகேசனைக் கொன்னியாம்.'

'மாமா, இவளுக்கு யார் இந்த விபரீத எண்ணங்களைத் தராங்கன்னே தெரியலை. உங்ககிட்ட சொல்லியிருக்காளா?'

'வாட் நான்சென்ஸ்?'

நாகரத்தினம் பதற்றம் காண்பிக்காமல், 'எங்ககிட்டயும் சொன்னா. உங்ககிட்டயும் சொல்லிட்டாளா? என்னமோ மண்டைக்குள் புகுந்து குடையுது. புத்தி பேதலிச்சிருக்கு மாமா. நீங்க சுகமாகி வந்த உடனே, முதல்ல பார்க்கவேண்டிய விஷயம், அழகேசனுடைய ஆக்சிடெண்ட் ரிப்போர்ட், எஃப்.ஐ.ஆர், ஆஸ்பத்திரி சர்ஜன்கள் ரிப்போர்டு, சர்ட்டிபிகேட்டு. எல்லா டாக்குமென்ட்ஸையும் பாத்துருங்க.'

'எல்லாம் பொய்!'

'எப்படிம்மா அத்தனை பெரிய பொய்! சாத்தியமே இல்லம்மா! எத்தனை பேர் அதில இன்வால்வ் ஆகியிருக்காங்க தெரியுமா? ட்ராஃபிக் போலீஸ், ஆர்.ஏ.புரம், கேளம்பாக்கம், கானத்தூர் போலீஸ் ஸ்டேஷன்ங்க. அப்புறம் ட்ராபிக் போலீஸ் பதிஞ்ச ஆக்சிடெண்ட் ரிப்போர்ட்டு. கவர்மெண்ட் டாக்டருங்க, மேஜிஸ்ட்ரேட்டுங்க. எப்படிம்மா சாத்தியம்? யார் உங்கிட்ட இல்லாததும் பொல்லாததும் சொல்றாங்க?'

‘ஒருத்தர்.’

‘அதான் யாருங்கறேன்? கூட்டி வா அந்தாளை.’

‘ஓ நோ! அவனை அடிச்சே கொன்னுடுவீங்க.’

ராகவேந்தர் குறுக்கிட்டு, நர்ஸ் வந்து மாரைத் தடவிக் கொடுப்பதை உதறித் தள்ளினார். மிகுந்த கோபத்துடன், ‘பாரும்மா, நான் குணமாகி வந்த உடனே, இதைக் கவனிக்கிறேன். நீ சொல்றது நிஜம்னு தெரிஞ்சா...’

‘தெரிஞ்சா?’

அவர் கண்களில் நீர் நிரம்பியது. ‘செத்துப் போயிடறேம்மா. அந்த மாதிரியான இதயம் எனக்கு வேண்டாம்.’

அவருக்கு மூச்சுத் திணறல் ஏற்பட்டு, ஆக்சிஜன் வைக்க வேண்டியிருந்தது.

‘பாத்தியா, பெரியவரை எப்படி அப்செட் பண்ணிட்ட! உன்னை உன்னை...’

மஞ்சரி முகத்தில் எந்தவிதக் கருணையையும் காட்டாமல், ‘நான் கண்டுபிடிக்கத்தான் போறேன். உங்களை எல்லாரையும் நடுத் தெருவில் நிறுத்தத்தான் போறேன்’ என்று இரைச்சலாகச் சொன்னாள். ராகவேந்தர் அவள் கையைப் பற்ற, அதை உதறிவிட்டு வெளியே வந்தாள். சற்று நேரம் பாத்ரூமில் அழுதாள்.

ராகவேந்தர் ஆசுவாசப்படுத்திக்கொண்டார். ‘என்ன மாப்பிள்ளை, இப்படிச் சொல்லிட்டுப் போறா?’

‘நீங்க இதுக்கெல்லாம் அப்செட் ஆகாதீங்க. அப்புறம் இத்தனை பாடுபட்டுச் செய்த ஆபரேசன் பலனில்லாமப் போயிரும்.’

‘அவ சொல்றதில் ஏதாவது, ஏதாவது அர்த்தம் இருக்கா? எதுக்காக அப்படி ஒரு அபாண்டத்தைச் சொல்லிட்டு கூலாப் போவுது அந்தப் பொண்ணு?’

‘அந்தப் பையனைக் கல்யாணம் செய்துக்கறதா இருந்திச்சுங்க. உங்ககிட்ட சொல்லலை. அவனே விபத்துல அடிபட்டு, உங்களுக்கு இதயம் கொடுக்கும்படியா ஆனது அகஸ்மாத்தான விஷயம். அவ நம்பலை. எல்லாரும் சேர்ந்து சதி செய்துட்டாங்கன்னு மனசில பதிஞ்சிருச்சு.’

'இதை நீக்க என்ன செய்யணும்?'

'நீங்க ஒரி பண்ணிக்காதீங்க, நாங்க பாத்துக்கறோம். கம்பெனில கூட, நீங்க வந்தாப் போதும். மத்ததெல்லாம் நாங்க பாத்துக் கறோம். கம்பெனி ரொம்பப் பெரிசாப் போய்க்கிட்டிருக்கு. ஒரு பெரிய ஐபிஎம் ப்ராஜெக்ட் வருது. எல்லா அமெரிக்கக் கம்பெனி களும் வந்து குமியறாங்க. இப்பப் பெரிய பெரிய சந்தர்ப்பம். உங்களுக்கு குணமாயிருச்சுன்னு தெரிஞ்ச உடனே, சென்செக்ஸ் எப்படி எகிறிக் குதிச்சுது தெரியுமா? அந்தச் செய்தியை வச்சே கோடிஸ்வரனானவங்க நெறையப் பேரு!'

'என்னால வீடல இருக்க முடியாது. எப்ப ஆபீஸுக்குப் போலாம்னு துடிச்சுக்கிட்டிருக்கேன்.'

'பாத்தீங்களா, இனிமே நீங்க ஆபீஸ் போகவேண்டாம் மாமா. எல்லாம் மாறிடுச்சு.'

'இப்ப யாரு எம்.டி?'

'பார்கவாதான்.'

'பார்கவாவா? அந்த மலை முழுங்கியா?'

'மாமா, பார்கவா போர்டு மெம்பர்ங்க அத்தனை பேரையும் கைல வச்சிருக்கான். அவனை விட்டுப் பிடிக்கிறேன், பாருங்க. உங்களுக்கு எதுக்கு? டிவி பாத்துக்கிட்டு சும்மா படுத்துக்கிடங்க.'

'என்ன சொன்ன? படுத்து...'

'படுத்துக்கிட்டிருங்கன்னேன்!'

'வேற ஏதோ வார்த்தை சொன்னே.'

'சேச்சே, உங்கமேல உள்ள மரியாதை எனக்கு என்னிக்குமே குறையாது மாமா.'

மஞ்சரி அழகேசனின் தாயைப் பார்க்கக்கிளம்பியபோது, அவள ருகே ஒரு மோட்டார் சைக்கிள் தொடர்ந்தது.

28

‘மாணிக்கம், ஒரு நிமிஷம் நிறுத்துங்க’ என்றாள். பின்தொடர்ந்து வந்தவனைக் கண்ணாடி வழியாகப் பார்த்தாள். தெரிந்த முகமாக இருந்தது. புதிய முக மாகவும் இருந்தது. அண்மைக்காலத்தில் அவளுக்கு முகங்கள் குழப்பமாக இருந்தன. பல பேரைப் பார்க்கும்போது அழகேசனைப்போல் தோன்றி, உள்ளம் துணுக்குறும்.’

‘போவலாங்களா?’

‘நில்லுங்க, அங்க ஒருத்தன் டூவீலர்ல தொடர்ந்து வந்தான். நிறுத்திட்டான். இப்ப ஏதோ வாங்கறாப் பல பாசாங்கு பண்ணிக்கிட்டிருக்கான் பாருங்க, பச்சை சட்டை. ஓரத்தில் பார்க் பண்ணுங்க. அவனைக் கூட்டிட்டு வாங்க.’ டிரைவர் அவனை அணுக, அவன் விருட்டென்று புறப்பட்டான்.

‘பின்னால போங்க, எதுக்காக நம்மைத் தொடர்ந்து வரான்னு பாத்துருவோம் இன்னிக்கு.’

‘அம்மா, நாகு ஐயா கேட்டா கோவிச்சுப்பார்.’

‘அப்ப நீங்க எறங்கிக்கிட்டு பஸ்ல வாங்க, நான் ஓட்டறேன்.’

‘ஐயோ, என் வேலை போயிரும்.’

‘சொன்னதைச் செய்யுங்க பின்ன.’

அவன் சிக்னலில் நிறுத்தியபோது, அருகில் நிறுத்தச் சொன்னாள். கதவைத் திறந்து ‘ஹலோ, கொஞ்சம் ஓரங்கட்டுங்க, உங்ககூடப் பேசணும்’ என்றாள்.

அவன், ‘உங்களை எனக்குத் தெரியாது’ என்றான்.

‘ஏன் என் பின்னாலயே வரீங்க?’

‘நானா? வேற யாரையோ சொல்றீங்க. நான் பி.பி.ஓ.ல வேலைக்குப் போய்க்கிட்டிருக்கேன். ஆளை விடுங்க.’ இதற்குள் சிக்னல் மாறிவிட்டது.

‘இப்ப என்னம்மா?’ என்றான் டிரைவர்.

‘விடாதீங்க, அவனை அனுப்பிச்சது யாருன்னு தெரிஞ்சே ஆகணும்.’

‘அம்மா, யோசிச்சுப் பாருங்க... நீங்க எங்கல்லாம போறீங்கன்னு டிரைவருங்க எங்களுக்குத் தெரிஞ்சிருக்கப்ப, எதுக்கு ஐயா உங்க பின்னால அஞ்சாம் படை ஆளுங்களை அனுப்பணும்? தினம் டூட்டி முடிஞ்சதும் எங்கெங்கே போனீங்க, எத்தனை மணிநேரம் எங்கே இருந்தீங்க, யார் கூடப் பேசினீங்க... எல்லாத்தையும் மேனேஜர் சாரதின்னு ஒருத்தர் புதுசா வந்திருக்கார். கேட்டு வச்சுப்பாருங்க.’

அவன் மருந்தீசுவரர் கோயில் அருகில் புழுதி படர்ந்த சிறிய தெருவில் திரும்ப, அந்தத் தெரு மெல்ல மெல்ல குறுகிக் கொண்டே வர,

‘இங்க இந்தக் காரு நுழையாதும்மா’ என்றான் டிரைவர்.

‘சரி, அடுத்த முறை எனக்கு சாண்ட்ரோ கொண்டுவாங்க.’

‘அதெல்லாம் வித்தாச்சுங்க. நம்ம கம்பெனில எல்லாமே பென்சுதாங்க.’

‘எல்லாத்துக்கும் முடிவு கட்டறேன். சாண்ட்ரோ ஒண்ணு எனக்கு வாங்கி வைங்க. நான் பணம் கொடுக்கறேன்னு சொல்லுங்க. எங்கிட்ட நிறைய கம்பெனி ஷேர் இருக்குன்னு சொல்லுங்க.’

‘ஸ்ஸரிங்க’ என்று சந்தேகமாகச் சொல்லிவிட்டு, ‘வீட்டுக்குப் போகலாங்களா?’ என்றான் டிரைவர்.

‘பார்க் பண்ணுங்க. நான் அந்தத் தெருவில போய் வரேன்’ என்றாள்.

வால் பிடித்த இளைஞனை விட்டுவிட மனசில்லை.

தெருவின் பாதியைப் பூக்கடைகளும் மாம்பழ வண்டிகளும் அடைத்திருந்தன. நூதன அரசியல் பலத்தால், புறம்போக்கு, அன் ஆத்தரைஸ்ட் வீடுகள் அடர்ந்திருந்தன. தங்கள் தாற்காலிகத்தைப் பற்றிக் கவலைப்படாமல், கடை கண்ணிகள் உற்சாகமாக தேவையற்ற பொருள்களை விற்றுக்கொண்டிருந்த இடம்.

கரும்பு ஜூஸ் கடையில் அவன் நின்றுகொண்டிருப்பதைக் கண்டாள். அவன் அணிந்திருந்த பச்சை கலர் டீ-ஷர்ட்டிலிருந்து அடையாளம் தெரிந்து கொண்டாள். அருகே சென்றாள்.

‘என்னடா வேணும் உனக்கு? யார் உன்னை அனுப்பிச்சா?’ என்றாள்.

அவன் திரும்பி, ‘என்னைத் தெரியலியா இன்னும்?’ என்று கண்ணாடியைக் கழற்றினான்.

‘ஏய், ரவிப்பிரகாஷ்!’

சுற்றிலும் பார்த்தான். ‘பாண்டிச்சேரிக்குப் போறதுக்கு முந்தி, உங்களை எப்படியாவது சந்திச்சே ஆகணும்னு, இது மூன்றாவது கெட் அப். உங்க குண்டர் படையிலிருந்து தப்பிக்க...’

அழகேசன் விபத்து போலி என்று அவளிடம் சொல்லவந்து, அடிபட்டு பயந்துபோய்த் தலைமறைவானவன்!

‘டிரைவர் எங்கே?’

‘கார்ல காத்திருக்கான். நீங்க சொன்னதை முழுக்க மறுக்கறாங்க ப்ரகாஷ். அது ஆக்சிடெண்டுன்னு எல்லா ஆதாரங்களும், போலீஸ் ரிப்போர்ட், ஆஸ்பத்திரி ரிப்போர்ட்டுன்னு ஆணித் தரமா வச்சிருக்காங்க.’

‘அப்ப நான் பாத்தது பொய்யா? அவங்க செய்தது மர்டர். கோல்ட் ப்ளடட் மர்டர். நம்பினா நம்புங்க. நம்பாட்டிப் போங்க. எனக்கு அழகேசன்மேல எந்தப் ப்ரேமையும் கிடையாது. தொழில்

நிமித்தமா உங்க ரெண்டு பேரையும் பின்தொடர்ந்து டெய்லி ரிப்போர்ட் கொடுத்துவந்தேன். அற்பமான தொழில். அந்த வேலையை விட்டுட்டு பயோடெக்ல போய்ட்டேன். ஆனா அந்தப் பையனுக்கு நேர்ந்த அநியாயத்தை நிவர்த்தி செய்யறது எனக்கு முக்கியமாப் படுது. உங்களால தனியா முடியாது. அந்த சாம்ராஜ்ஜியத்தில் அரண்மனை ரகசியங்களும், ஒற்றர்களும், கொலைகாரர்களும்... எதற்கும் அஞ்சாத பணபலம் மிக்க மிருகங்கள்.'

'நீங்க கம்யூனிஸ்டா?'

'அநியாயத்தைப் பாக்கறவன் எவனும் தன் வாழ்க்கையில் ஒரு கட்டத்தில் கம்யூனிஸ்ட் ஆய்டுவான். பயங்கரங்க இன்சாஃப்! பாத்துக்கிட்டே இருங்க. பெரியவரையும் போட்டுத் தள்ளிரு வாங்க. அல்லது ஒண்ணுமில்லாம கோமா ஸ்டேஜுக்கு ஏற்பாடு பண்ணிருவாங்க. இவங்களுக்கெல்லாம் நியாயம், நேர்மை ஏதும் கிடையாது. ஒரே ஒரு குறிக்கோள் பணம். மேலும் மேலும் மேலும் பணம்.'

'எங்கிட்ட இன்சாஃப் ஷேர்கள் இருக்கே, அதை என்ன செய்ய?'

'கரும்பு ஜூஸ் குடிக்கிறீங்களா?'

'வேண்டாம், தொண்டை கட்டிக்கும்.'

'உங்க ஷேர்ங்களை வச்சுக்கிட்டு அவங்களை அவங்க விளை யாட்டிலேயே வெல்லணும். இன்வெஸ்ட்மெண்ட் போர்ட்ஃ போலியோ மேனேஜ்மெண்ட் எல்லாம் தெரிஞ்ச எம்.பி.ஏ ஃப்ரண்ட் ஒருத்தன் இருக்கான். பேரு ராஜன் ஸ்ரீராம். உங்களுக்கு ஒரு நம்பர் கொடுக்கறேன். நான் முதல்ல பேசிடறேன். ப்ரகாஷ் சொன்னதாச் சொல்லுங்க. கில்லாடி அவன். உங்களுக்கு எக் ஸாக்ட்டா என்ன செய்யணும்னு அட்வைஸ் கொடுப்பான. முள்ளை முள்ளால எடுக்கற வித்தை இது.'

'சரி பாக்கறேன்!'

'ரொம்ப நேரமாச்சு, உங்க கம்பெனி அடியாட்கள் வர்றதுக்குள்ள நான் எஸ்கேப்' என்றான். 'குட்லக்' என்று கைகுலுக்கிவிட்டுப் போனான்.

அடுத்த வியாழன் அந்த ராஜன் ஸ்ரீராமை நுங்கம்பாக்கத்தில் மக்கள் அதிகம் புழங்கும் ஒரு வங்கியின் பேஸ்மெண்ட் ஆபீசில்

சந்தித்தாள். டை கட்டிக்கொண்டு, இடக்கையால் குறிப்பெடுத்து எழுதிக்கொண்டு, நெற்றியைச் சுருக்கிக்கொண்டு, அவள் சொல்வதை உன்னிப்பாகக் கேட்டான். 'முதல்ல நீங்க என்னை முழுசா நம்பணும். ப்ரகாஷ் எல்லாம் சொன்னான். எனக்கு பயம் இல்லை. காரணம், அங்கிள் ஐ.பி.எஸ் ஆபீசர், டி.சி.யா இருக்கார். முதல்ல நீங்க செய்யவேண்டியது உங்க ஸ்டாக்குகளைப் பாதுகாக்கவேண்டியது. உங்க கையெழுத்தை அவங்க ஃபோர்ஜரி பண்ணி எல்லாத்தையும் மாத்தாம இருக்கறதுக்கு, செபிக்கும் டி-மேட்டுக்கும் ஒரு லெட்டர் ட்ராஃப்ட் பண்ணித் தரேன். உங்களுக்கு வக்கீல் யாரு?'

'நீங்கதான்.'

'இந்த எடத்துல கையெழுத்து போடுங்க. உங்ககிட்ட எத்தனை ஷேர் இருக்கு, தெரியுமா?'

'நிறைய.'

'சுத்தம், நிறையன்னா எண்ணிக்கை? எண்ணிக்கை. உலகமே இலக்கங்களில்தான் இயங்கறது. லார்ட் கெல்வின் சொன்னாப்பல 'டு மெஷர் இஸ் டு நோ.' என்ன பாக்கறீங்க?'

'எம்.பி.ஏ படிச்சவங்க எல்லாருமே இப்படித்தான் பேசுவாங்களான்னு?'

'இங்கிலீஷ் பேசணும்ங்க. புதுசு புதுசா வார்த்தைகள் பயன் படுத்தினாத்தான் பிழைக்க முடியும். எல்லாம் வேப்பர் வேர்!'

'அழகேசன் மாதிரியேப் பேசறீங்க.'

'யாரு அழகேசன்? எனக்குப் போட்டியா?'

'செத்துப் போய்ட்டாருங்க.'

'ஓ, ஜில்லு அதான் சொன்னான்.'

'ஜில்லு?'

'ப்ரகாஷ், நாங்க ரெண்டு பேரும் ரொம்ப தோஸ்த். ஒரே பெண்ணை சைட் அடிச்சதில கொஞ்சம் அபிப்ராய பேதம். கைகலப்பு வரை போயிடுத்து. இன்னும் நாங்க ஃப்ரெண்ட்ஸ்.'

'அந்தப் பெண் என்ன ஆனா?'

'அவளா? ரெண்டு பேருக்கும் சண்டை மூட்டிட்டு டெக்சாஸ் அமெரிக்கால சந்தியாவந்தனம் பண்ற சாஃப்ட்வேர் குடுமியைக் கல்யாணம் பண்ணிண்டு டிஷ்வாஷ் பண்ணிண்டிருக்கா. வாரா வராம் மாலுக்கு போய் கருவேப்பிலை, அகத்திக்கீரை வாங்கிட்டு வரதுதான் பொழுதுபோக்கு. வாட் எ வேஸ்ட் ஆப் ப்யூட்டி! இங்க பேட்டையையே கலக்கிட்டிருந்தா. அவளைப் பத்தி ப்ரகாஷ் ஒரு கவிதைத் தொகுப்பே எழுதியிருக்கான். எனக்கு உங்க ஏ.ஜி.எம் பேப்பர்ஸ் வேணுமே? உங்களுக்கு நம்பகமா யாரும் இல்லையா?'

'பரமேஸ்வரன் இருந்தார். ரிஸைன் பண்ணிட்டார்.'

'நம்பர் சொல்லுங்க.'

'நம்பர் எடுக்கறதில்லை.'

'வீட்டு அட்ரஸாவது சொல்லுங்க. பரமேஸ்வரனுக்கு பொண்ணு யாராவது இருக்காங்களா? என்ன கோத்ரம்?'

'கவலைப்படாதீங்க, என் காரியத்தை முடிங்க. உங்களுக்கு நல்ல பொண்ணா நான் பாத்துச் சொல்றேன். கோத்ரம் இல்லாம.'

'ஆமாங்க, பேச்சிலர் வாழ்க்கை அலுத்துப் போச்சு. காலைல காஃபி, ப்ரெக்ஃபாஸ்ட் பண்ணி போர்...'

'அதுக்குத்தான் பொண்டாட்டியா?'

'பின்ன? வேற எதுக்கு?'

'அதான் உங்களுக்குக் கல்யாணம் ஆகலை.'

அவன் சரசரவென்று அப்ளிகேஷன் லெட்டர் இரண்டு எழுதி அவளிடம் கையெழுத்து வாங்கிக்கொண்டான். 'நான் நினைச்சா இந்தக் கையெழுத்துக்களை வச்சுக்கிட்டு உங்களை பாப்பர் ஆக்கிரலாம். நானே சேர்மன் ஆயிரலாம். ரிஸ்க் எடுக்கறீங்க.'

'பரவால்லைங்க.'

முதன்முதலாக சந்தோஷத்தால் துணுக்குற்றாள்.

29

மஞ்சரிக்கு தைரியம் வந்துவிட்டது. அழகேசனை அழித்த தீய சக்திகளை ஒவ்வொன்றாகத் தேடிப் பிடித்து, நீதிமன்றச் சட்டங்கள் தரும் தண்டனைக்கு உட்படுத்த ராஜன் ஸ்ரீராமின் உதவியுடன் முடியும் என்று தோன்றியது. 'வன்முறையை மென்முறை யால் சந்திக்க முடியும்.'

'நல்லா யோசிச்சு சொல்லுங்க. இந்த ரிஸ்க் எடுக்க விரும்பறீங்களா?'

'நிச்சயம், உங்கமேல எனக்கு நம்பிக்கை வந்துருச்சு.'

'ஏன், பாத்தா சாம்பார் வடை மாதிரி இருக்கேனே, அதனாலயா?'

'உங்க அங்கிள் டெபுடி கமிஷனரா இருக்கறதால பத்திரம் கிடைக்கும்ங்கற நம்பிக்கையினால.'

'அதெல்லாம் பாதுகாப்பில்லைங்க. ப்ரகாஷ் மாதிரி என்னையும் அடிச்சுப் போட அவங்களுக்கு அரைமணி போதும். நான் அங்கிளை எமர்ஜென் சிக்குத்தான் அணுகுவேன். எங்க வீட்டில் ஒருமுறை டிவி திருட்டுப் போயிருச்சு. அவருக்கு போன் பண்ணினேன். 'இந்த மாதிரி சின்ன விஷயங்களுக் கெல்லாம் என்னைப் பயன்படுத்தாதே, ரொம்பப் பெரிசா இருந்தா வா, ஒரு நாளைக்கு சென்னை

மெட்ரோபாலிட்டன் ஏரியாவில 125 டிவி திருடு போவுது'ன்னார். புள்ளிவிவரத்தால கொன்னுடுவார்.'

'நான் என்ன செய்யணும் இப்ப?'

'கொஞ்ச நாள் கம்முனு இருங்க. செல்போனை மாத்திக் கொடுத்துர்றேன். தலைமறைவா இருந்தா உத்தமம். ப்ரஸ்காரங்க துரத்துவாங்க. ஏன்னா இன்சாஃப் சாம்ராஜ்யத்தைக் கவுக்க போறீங்க.'

'எப்படி?'

'கம்பெனி லா படி! சட்டத்துக்கு உள்ளயே. உங்ககிட்ட ப்ராக்ஸி வாங்கிட்டு ஒரு இ.ஜி.எம் கூப்பிடப் போறேன். அதில் முதல் ரெஸல்யூஷன் பழைய மெம்பர்களைத் துரத்திட்டு புது போர்டு அமைக்கிறது. எப்படியாவது உங்க சேர்மன் ராகவேந்தரைச் சந்திச்சே ஆகணும் நானு.'

'உடல்நிலை அதிக அதிர்ச்சி தாங்காதுன்னு தனியா வச்சிருக் காங்க.'

'கார்டியாலஜிஸ்ட் யாரு?'

'எம்.வி.ராவ்னு, மினர்வாவில அவர்தான் டாக்டர் பாலாவுக்கு ஆபரேஷன்ல கூட இருந்தவர்.'

'சரி, அவரை முதல்ல சந்திக்கறேன். நுங்கம்பாக்கம் போலீஸ் ஸ்டேஷன்ல ஒரு கிரிமினல் கான்ஸ்பிரசி வழக்கு பதிவு செய்யணும். ஒரு வக்கீல் தேவைப்படும். புனாவில லா ஸ்கூல்ல படிச்ச என் ஃப்ரெண்ட் வினோத் இங்கே கார்ப்பரேட் பண்ணிக் கிட்டிருக்கான். அவன் மூலமா ஒரு பெட்டிஷன், ஒரு எப்.ஐ.ஆர் பதிவு செய்யப்போறேன்.

'யார் பேர்ல?'

'எல்லார் பேர்லயும். உங்க மாமா, டாக்டர் பாலா பேர்ல, மினர்வா பேர்ல, சர்ஜன்கள் பேர்ல, சர்டிபிகேட் கொடுத்த அரசாங்க டாக்டர்கள் பேர்ல, நாகரத்தினம் பேர்ல, போலீஸ் அதிகாரிகள், உங்க வீட்டு நாய்க்குட்டியக்கூட விடப் போறதில்லை. இன்னும் யாரார் அதில உண்டு? ஏன் உங்க ராகவேந்தர் பேர்லயும்! எல்லாம் சேர்ந்து சதித்திட்டம் போட்டு அழகேசனைக் கொன்னாங்கன்னு

போடப் போறேன். இது தான் வஜ்ராயுதம், துருப்புச் சீட்டு. இதை வச்சுக்கிட்டு ஷேர்களை மாத்தணும். பேரம் பேசணும். என்னைக் கொஞ்சம் பேச விடுங்க. அதுக்கு எனக்கு உங்க கிட்டேருந்து பத்து ஷேர் மாத்திக்கப் போறேன், முதல்ல கேள்வி கள் கேட்க. பாத்துக்கிட்டே இருங்க. ஒரு பைரோ டெக்னிக்ஸ் வாணவேடிக்கை அடுத்தவாரம் நடக்கப் போறது. இந்தியா வையே கலக்கப் போறது.'

'நான்?'

'சொன்னேனே, தலைமறைவா இருக்கணும். இந்த ப்ராக்ஸி யுத்தத்தை ப்ரஸ்காரங்க உசுப்பிடுவாங்க. கொடைக்கானல்ல போய் எங்கயாவது இருங்களேன்.'

'எங்கயாவது தலைமறைவா இருக்கணும். அவ்வளவுதானே?'

'அவ்வளவுதான், மிச்சத்தை நான் பாத்துக்கறேன், மை காட்! பிசினஸ் இண்டியால அட்டைப்படத்தில நான் வரப் போறேன். நீங்க ஜெனரல் பாடில வந்து உக்காந்தாப் போதும். நானும் வினோதும் மத்ததைப் பாத்துப்போம்.'

மஞ்சு வீட்டுக்கு வந்ததும் நாகரத்தினம் கோபத்துடன் 'எங்க போய்த் தொலைஞ்சே!' என்றார்.

'மாமா, எனக்கு யார்கிட்டயும் பர்மிஷன் கேக்கவேண்டிய கட்டாயம் இல்லை.'

'என்ன இது? எல்லாருக்கும் லெட்டர் எழுதியிருக்கியாமே? தந்தி அடிச்சிருக்கியாம். உன் ஷேர்களை ட்ரான்ஸ்பர் பண்ணப் போற தில்லைன்னு? நாங்க என்ன கட்டாயப்படுத்தினோமா? லூஸ் மாதிரி லெட்டர் கொடுத்திருக்கியே?'

'ஆமா.'

'இதெல்லாம் யார் உனக்கு சொல்லிக்கொடுக்கறாங்க?'

'சமயம் வர்றப்ப தெரியும்' என்று தன் அறைக்குச் சென்றாள். தோள் பைக்குள், சில நாட்களுக்கு வேண்டிய மாற்று உடைகள், சோப், டூத்பேஸ்ட போன்றவற்றை அடுக்கிக்கொண்டாள். மரகதம் உள்ளே வந்து, 'என்னம்மா எங்க போறாப்ல?'

'கொடைக்கானலுக்கு, நம்ம பங்களாவுக்கு.'

'கார் எடுத்துக்கிட்டு போறியா?'

'இல்லைம்மா, ஃப்ரண்ட்ஸை வரவழைச்சிருக்கேன். ப்ளேன்ல மதுரை வரை போறேன்.'

'எதுக்கு இப்ப கொடைக்கானல்?'

'மறக்கறதுக்கம்மா. இங்க இருந்தா அழகேசன் ஞாபகம் வந்துக் கிட்டே இருக்குது.'

'டிரைவரை வரச் சொல்லட்டுமா?'

'இல்லை, கால் டாக்சி எடுத்துட்டு வராங்க. என்னவா இருந் தாலும் போன் பண்ணுங்க' என்று சொல்லிவிட்டு அந்தப் பையைத் தோளில் மாட்டிக்கொண்டாள்.

நாகரத்தினம் குறுக்கே நின்றார். 'இப்ப யாரும் எங்கயும் போகக் கூடாது. பெரியவர் இருக்கிற நிலையில் தினம் அவர் மஞ்சரி எங்கே, மஞ்சரி எங்கேன்னு கேட்டுக்கிட்டே இருக்கார்.'

மஞ்சரி சிறிதுதான் யோசித்தாள். 'சரி போகலை' என்று அந்தப் பையை அவர்கள் சற்றும் எதிர்பாராதபடி படுக்கையில் எறிந்தாள்.

'நீ செய்யறது நல்லாவே இல்லை. என்னவோ மனசுல தப்பெண்ணம் வந்திருச்சு உனக்கு.'

'இல்லைம்மா, இப்பத்தான் தெளிவு வந்திருக்கு.'

ராகவேந்தரின் அறைக்குச் சென்றாள். அவர் தூங்கிக் கொண் டிருந்தார். சற்றுநேரம் அவரையே பார்த்துக் கொண்டிருந்தாள். 'என்னை மன்னிச்சுடுங்க' என்றாள்.

மஞ்சரி கால் டாக்சிக்கு ரூபாய் கொடுத்துவிட்டு ஒரு ஆட்டோ ரிக்ஷா ஸ்டாண்டில் நிறுத்தச்சொன்னாள்.

கொட்டிவாக்கத்துக்குப் போகச் சொன்னாள்.

மஞ்சரியை மீனாட்சி எதிர்பார்க்கவில்லை. அவள் பையைப் பார்த்தாள்.

'என்ன புள்ளை, வூட்ல சண்டை போட்டுக்கிட்டு வந்துட்டியா?'

'இல்லம்மா, உங்ககூட இருக்கலாம்னு வந்தேன்.'

‘எங்கூடவா? இந்த குளாய்லயா?’

‘ஆமாம்மா, எல்லா மாளிகைலயும் வாழ்ந்தாச்சு. எல்லா நாடு கள்லயும் பெரிய ஓட்டல்களைப் பார்த்தாச்சு. குழாய்லயும் இருந்து பார்த்துரலாம்னு வந்தேன்...’

‘உன்னால கொசுக்கடியில இருக்க முடியாதம்மா... சொல்றதைக் கேளு.’

‘அழகேசன் இங்கதானே வாழ்ந்திருக்கார்.’

‘அவன் எங்க வேணா சமாளிப்பான்.’

‘அந்த வித்தையை நானும் கத்துக்கறேனே.’

‘எதுக்கு?’

‘அழகேசன் எப்படி உணர்ந்திருப்பார், வாழ்ந்திருப்பார்னு ஒரு ஐடியா கிடைக்க...’

‘பைத்தியக்காரப் புள்ளையா இருக்கே.’

‘அம்மா, அழகேசன் சட்டை ஏதும் இருக்கா?’

‘எல்லாம் பெட்டியில இருக்குது.’

‘அவரு பனியன் எதையாவது எடுத்துக் கொடுங்க.’

மஞ்சரி கொசுக்கடியும் குழாய்ச் சண்டையும் மண் தரையில் உட்கார்ந்து பேன் பார்க்கும் ஜனங்களும் சூழ்ந்த அந்த வாழ்வில் தனிப்பட்டுத்தான் தெரிந்தாள்.

‘நீ யாரு வெள்ளைக்காரியா? பளபளன்னு வாசனையா இருக்கியே?’

‘இல்லைங்க, இங்க மீனாட்சி அம்மா இருக்காங்களே, அவங்க மருமவ.’

‘அழகேசன் பொஞ்சாதியா?’

‘ஆமாம்.’

‘அவன்தான் இறந்துபோய்ட்டானே? இங்க உள்ள எல்லாப் புள்ளைங்களுக்கும் பாடம் சொல்லிக் கொடுத்தான்.’

'எனக்குள்ள இன்னும் அவர் இறக்கலைங்க' என்றாள்.

'அடியாத்தி, இப்படி ஒரு பொண்ணு இருக்குமா? பாத்தா ரொம்பப் பெரிய மனுச வீட்டுப் பொண்ணாட்டம் தெரியுது. பாரு, முகமெல்லாம் கொசுக்கடி. அம்ம வாத்தாப்பல...'

'பரவால்லைங்க, பழகிரும்' என்றாள்.

இடுப்பில் ப்ளாஸ்டிக் குடத்தை வைத்துக்கொள்ளும்போது வழுக்கி விழ இருந்தவளைத் தாங்கிப் பிடித்துக்கொள்ள, உடல் எல்லாம் சேறு பூசித் துடைத்துக்கொண்டாள்.

'என்னடி, என்ன ஆச்சு?'

'மீனாட்சி, உன் மருமவ ரெண்டு நாள் போனா நம்ம நெறத்துக்கு வந்துருவா, எதாவது வாய்க்கு ருசியா பண்ணிப் போடு.'

'மீன் குழம்பு பிடிக்குமா உனக்கு?'

'அழகேசன் சாப்பிடுவாரா?'

'சாப்பாட்டில் கவனமே கிடையாது. மோர் குடிப்பான் நெறைய.'

'மோர் குடுங்க அப்ப.' முழங்கால் வரை வந்த அவன் பனியனை மாட்டிக்கொண்டு, அவன் பெட்டியை நோண்டினாள்.

'என்னை அழித்தாலும்' என்று ஒரு கட்டுரையை தலைப்பிட்டுத் தொடங்கியிருந்தான்.

> என்னை அழித்தாலும்
> என் எழுத்தை அழிக்க முடியாது.
> என் எழுத்தை அழித்தாலும்
> அதன் சத்தத்தை அழிக்க முடியாது.
> என் சத்தத்தை அழித்தாலும்
> அதன் எதிரொலியை அழிக்க முடியாது.

கண்ணீர்த் துளிகள் அந்த எழுத்துக்களை அழித்தன.

30

மஞ்சரி வெளியுலகில் நடந்துகொண்டிருந்த அந்த கார்ப்பரேட் யுத்தத்தைப் பற்றி எதுவும் தெரியாமல், தண்ணி லாரி வரக் காத்திருந்து, வண்ண வண்ண ப்ளாஸ்டிக் குடங்களில் நீர் நிரப்பவும், கையைச் சுட்டுக் கொள்ளாமல் சோற்றுப் பதம் பார்க்கவும் கற்றுக்கொண்டிருந்தாள்.

'மவன் போய், மவளா வந்துட்ட. உன் சாதி சனம் எல்லாம் பார்த்தா என்னை வெட்டிப்போட்ற மாட்டாங்களா?'

'பாத்தாத்தானே?'

'இனிமே இங்கதான் இருக்கப் போறியா?'

'ஆ.. ஆங். நீங்க போன்னு சொல்றவரைக்கும்.'

'அய்யோ, கையெல்லாம் பாரு சிவந்து ரத்தம் கட்டிக்கெடக்குது. எதுக்காக தாயி உனக்கு இதெல்லாம்?'

'இந்த வலி எனக்குப் பிடிச்சிருக்கும்மா. என்னை புள்ளைன்னே கூப்பிடுங்க.'

செய்தி முதலில் எக்ஸ்பிரஸ்ஸில் வந்தது. அதன் பின் எகனாமிக் டைம்ஸில் வந்த Rumbles in INSOF Empire என்ற தலைப்பிட்டு, ஜெயஸ்ரீ சேகர் என்கிற

இளம் ரிப்போர்ட்டர் தந்திருந்த செய்தி உண்மைக்கு மிக அருகில் இருந்தது.

'அண்மையில் சேர்மன் ராகவேந்தருக்கு நடந்த இருதய மாற்று சிகிச்சை தொடர்பாக சில அதிர்ச்சி தரும் தகவல்கள் வெளிவர இருக்கின்றன. ராஜன் ஸ்ரீராம் என்னும் பங்குதாரர் செபிக்கு ஒரு நீண்ட கடிதம் எழுதியிருக்கிறார். நுங்கம்பாக்கம் காவல் நிலையத்தில் ஒரு கிரிமினல் வழக்கு பதிவாகியிருக்கிறது. ராகவேந்தருக்கு இதயம் கொடுத்த அழகேசன் என்ற இளைஞர் விபத்தில் சாகவில்லை, கொல்லப்பட்டிருக்கிறார் என்று ஒரு புகார் பதிவாகியிருக்கிறது. ராகவேந்தரின் இதய ஆரோக்கியத்தை வைத்து ஒரு மிகப் பெரிய பங்குபேர ஊழல் நட்ந்திருப்பதாகவும், சீக்கிரம் சம்பந்தப்பட்டவர்கள் அனைவரும் கைது செய்யப் படுவார்கள் என்றும் தெரிகிறது.

'அழகேசன் மோட்டார் சைக்கிள் சாலை விபத்தில் செத்துப் போனதாக போலீஸ் சொல்லியிருக்கிறது. கானத்தூர் காவல் நிலையத்தில் இருக்கும் மோட்டார் சைக்கிள் அவருடையதல்ல; முத்துக்காட்டைச் சேர்ந்த அன்வர் என்பவரின் பைக்; சில மாதங்களுக்குமுன் விபத்துக்குள்ளானது என்று இந்த நிருபர் கண்டுபிடித்துள்ளார். இதில் எத்தனை பேர் சம்பந்தப்பட்டுள்ளனர் என்ற விவரம், தோண்டத்தோண்ட வெளிவந்துகொண்டிருக்கிறது. மினர்வா ஆஸ்பத்திரியின் சர்ஜன்கள், இன்சாஃப் உயர் அதிகாரிகள், போலீஸ் அதிகாரிகள், கவர்மெண்ட் டாக்டர்கள் பலர் இந்தப் பட்டியலில் உள்ளனர். இதை சிபிஐ விசாரிக்கும்படி கோரிக்கை தரப்பட்டுள்ளது. ஒரு இன்ஸ்பெக்டர் தலைமறைவாகிவிட்டார்.'

மாலை தொலைக்காட்சியில் நாகரத்தினத்தைக் கைது செய்து துண்டைப் போட்டு மூடிக் கொண்டு ஜிப்சியில் ஏறுவதை மஞ்சரி கண்கொட்டாமல் பார்த்தாள். 'அதோ எங்க பெரிய மாமா. அய்யோ கல்யாணி அக்காவையும் கூட்டிட்டுப் போறாங்களே, அய்யோ அம்மாவையுமா?'

'என்ன புள்ளை?'

'விபரீதமாயிருச்சு, நான் டெலிபோன் செய்தாகணும்.' டெலிபோன் பூத்துக்குச் சென்று ராஜனுக்குப் போன் செய்தாள். 'என்ன ராஜன், எல்லாரையும் அரஸ்ட் பண்ணும்படியாப் பண்ணிட்டீங்களே?'

‘பயப்படாதீங்க. பொம்பளைங்களை லாக் அப்ல வச்சுக்க மாட்டாங்க. விசாரிச்சு விட்ருவாங்க. உங்க நாகரத்தினத்தைத்தான் திங்கக்கிழமை வரைக்கும் வச்சுகிட்டு, மாஜிஸ்ட்ரேட் கோர்ட்ல காட்டுவாங்க. பெயில் அப்ளிகேஷன்ல விட்டுரலாம். அதையும் ஸ்ட்ராங்கா எதிர்க்கப் போறம். இதை விடுங்க. போர்டு ரூம்ல திங்கக்கிழமை அமளி துமளி அடிதடியே நடக்கப்போவுது. காலைல பத்துமணிக்கு இதே நம்பருக்குப் போன் பண்ணுங்க. வந்து தலையைக் காட்டணும். மூஞ்சி பூரா மறைக்கிற மாதிரி கறுப்புக் கண்ணாடி போட்டுக்கிட்டு வாங்க. புடைவையால தலையை மூடிக்கிட்டு, யார் என்ன கேட்டாலும் ஒரே பதில்தான். ‘ஆஸ்க் ராஜன்!’ அவ்வளவுதான். உங்களை சேர்மன் அண்ட் எம்.டியா ப்ரபோஸ் பண்ணப்போறம்.’

‘அப்டின்னா?’

‘யு ஆர் த பிக் பாஸ்.’

‘அய்யோ, என்ன விபரீதம்!’

‘நான்தான் சொன்னேனே, சரி சரி, காலை ட்ரேஸ் பண்ணிருவாங்க. எல்லா ரிப்போர்ட்டருங்களும் அனுமார் மாதிரி உங்களை நானா திசைகளிலும் தேடி அலைஞ்சுக்கிட்டிருக்காங்க. பை, வச்சுர்றேன்.’

திகைத்துப்போய் போனை வைத்துவிட்டு காசு கொடுத்துவிட்டு, மீனாட்சியிடம் வந்து, ‘தப்பாப் போயிருச்சும்மா.’

‘என்ன புள்ளை?’

‘எங்க குடும்பத்தையே மொத்தமா கைது பண்றாப்பல அவசரப் பட்டுட்டேன்.’

‘அடப்பாவமே ஏன்?’

அவளைக் கண்ணுக்குக் கண் பார்த்தாள். ‘என்ன மனுஷிஇவள்! என்னைவிட இவளுக்குத்தான் கோபம், வருத்தம் அதிகம். இவளிடத்தில் உன் மகனைக் கொன்றது இவர்கள்தான் என்று சொல்லலாமா? இந்தச் செய்தியை எப்படி எடுத்துக் கொள்வாள்?’

‘அவங்க ஒரு மகா பெரிய தப்பு செய்துட்டாங்கம்மா.’

'என்ன?'

'எல்லாரும் சேர்ந்து ஒருத்தரைக் கொன்னுட்டாங்க.'

'அடப்பாவமே யாரை?'

'உங்க மகனை.' அப்படியே திறந்த வாய் மூடாமல் காற்றுக்குத் தவித்தாள்.

'உங்கப்பாவுமா?'

'அவருக்குத் தெரியாம செய்த பெரிய சதிம்மா. நீங்க என்ன சொல்றீங்கம்மா, நான் செய்தது சரியா தப்பா?' அவள் கவலை முகத்துடன் யோசித்தாள். நெற்றி நரம்புகள் துடித்தன. 'சொல் லுங்கம்மா.'

'சொல்லத் தெரியலியே... ஆனா உன்னைப் பத்தி கவலையா இருக்குது கண்ணு. அப்படிச் செய்தவங்க உன்ன விட்டு வப் பாங்கன்னு என்ன நிச்சயம்? உன்னைத்தான் புள்ள தொத்திக்கிட்டு உயிர் வாழறேன்.'

'இங்க இருக்கறது அவங்களுக்குத் தெரியாது.'

'அதுக்குத்தான் இங்க வந்து ஒளிஞ்சிருக்கியா?'

'அம்மா, அழகேசன் என்ன சொல்லியிருப்பாரம்மா?'

'புதுசா என்ன என்னமோ சொல்றியே. எனக்கு அர்த்தமாகவே இல்லை புள்ளை. ஆனா இது மட்டும் சொல்வேன். அவன் கோபம் உனக்குத் தெரியாது. சாது மிரண்டா காடு கொள்ளாதுன்னு எல்லாரையும் சாவடிச்சிட்டு கத்திய என் காலடியில போட்டிருப்பான்.'

'நான் அதையே வேற விதமா செய்யறேன்மா.'

அடுத்த தினங்களில் செய்தி தேசிய அளவுக்கு, ஏன் பிபிசியின் ஏஷியா டுடேக்கு கூடப் போய்விட்டது. எல்லாத் தொலைக் காட்சி பிசினஸ் சானல்களிலும் பத்திரிகைகளிலும் அது அலசப் பட்டது. இன்சாஃப் மேலதிகார வர்க்கத்தையே கலைத்துப் போட்டு புதுமுகங்கள் தோன்றின. மஞ்சரி ஓர் ஆட்டோவில் மீனாட்சியுடன் அதன் அலுவலகத்துக்கு திங்கள் கிழமை காலை

சென்றபோது, கேமரா பளிச்சுகளும் டெலிவிஷன் வெளிச்ச வெள்ளமும் அவளைத் தொடர்ந்தன. இருபது மைக்குகள் அவள்முன் நீட்டப்பட்டு, எல்லோரும் ஒரே சமயத்தில் அவளைக் கேள்விகளால் துளைத்தனர். பதிலே சொல்லாமல் ராஜன் ஸ்ரீராமின் பின்னால் பம்மி ஒளிந்து கொண்டாள். 'ரொம்ப நல்லா சமாளிக்கிறீங்க. லிஃப்ட் வரைக்கும்தான் கஷ்டகாலம்' என்றான் ராஜன்.

போர்டு ரூமில் நாற்பது கேமராக்கள் போட்டோ எடுக்க ராஜன் சொன்ன இடத்தில் எல்லாம் கையெழுத்திட்டாள்.

'இனிமே எங்கே போவேன்?'

'வீட்டுக்கு, உங்க வீட்டுக்கு.'

'வாங்கம்மா.'

'அய்யோ! நான் எதுக்கு புள்ளை?'

'உங்க வீடு, வாங்க! அந்தப் பாவாத்மாக்களுக்கெல்லாம் அங்க அனுமதி கிடையாது. ராஜன், ரொம்ப ரொம்ப சிக்கலாக்கிட்டிங்க.'

'இல்லைங்க, போக போகத் தெளிவாகும்.'

'அண்யா?'

'ராகவேந்தர் அங்கதான் இருக்கார். இன்ஃபாக்ட் நடந்ததை எல்லாம் பார்த்திருப்பார்.'

'அய்யோ அதிர்ச்சியைத் தாங்கியிருப்பாரா?'

'போய்ப் பாருங்களேன்! சர்ப்ரைஸ் சர்ப்ரைஸ்!'

கப்பல் கார் அவர்களை வீட்டில் கொண்டுவந்து நிறுத்த, ரைஃபிள்களுடன் இரு காவலாட்கள் தொடர்ந்து உள்ளே வந்தனர்.

உடனே அந்த அறைக்குள் சென்றாள்.

'அண்யா' என்று சன்னமாகக் கூப்பிட்டாள்.

31

அரையிருட்டில் தலையணையில் சாய்ந்து படுத் திருந்த ராகவேந்தருக்கு பணிவிடைகள் செய்யப் பட்டு தலை சீவி, முகச்சவரம் செய்யப்பட்டு, உடம்பு துடைத்துவிடப்பட்டு, பவுடர் பூசி, உண வூட்டி, மருந்துகள் வேளைக்கு வேளை புகட்டப் பட்டு தெம்பாகத்தான் தோன்றினார். எதிரே தொலைக்காட்சிப் பெட்டியில் அந்த கைதுக் காட்சிகள் இன்னும் ஓடிக்கொண்டிருந்தன. பொரு ளாதார நிபுணர்கள் அதன் தாக்கத்தை அலசிக் கொண்டிருந்தார்கள். நியூ யார்க், மும்பை, தேசியப் பங்குச்சந்தைகளில் ஏற்பட்ட பின்விளைவுகளை வரைபடங்களாக இளம்பெண்கள் அலசிக்கொண் டிருந்தார்கள். மீனாட்சியும், ராஜன் ஸ்ரீராமும் பின்தங்க, 'எல்லாரையும் ஜெயில்ல போட்டாச்சா?' என்று பணிவிடை செய்யும் பெண்களைக் கேட்டுக் கொண்டிருந்தார்.

'தாத்தா, இவங்கள்லாம் என்ன தப்பு செய்தாங் கன்னே புரியலை. பணக்காரங்க வூட்டுப் பிள்ளங் களாத் தெரியறாங்க' என்றாள் புதிதாக டியூட்டி பார்க்க வந்தவள்.

'அண்யா' என்று மஞ்சரி மறுபடி கூப்பிட்டாள்.

'தாத்தா இவங்க வந்திருக்காங்க. யாரு நீங்க? செக்யூ ரிட்டி எப்படி உள்ள விட்டான்?'

'இது என் மவ! டிவியை அணை' என்றார்.

மஞ்சரி நெருங்கினாள். 'கிட்ட உக்காராதீங்கம்மா.'

'அடிப்போடி' என்று அவளை அதட்டி, மஞ்சரியை அருகில் அழைத்து தன்னுடன் சேர்த்துக்கொண்டு முதுகில் தட்டி கண்ணீர்ப் பிரவாகத்தால் நனைத்தார். மஞ்சரியும் அடக்க முடியாமல் சற்றுநேரம் அழுதாள். 'என்னை மன்னிச்சுக்கங்க அய்யா. இந்த மாதிரி விபரீதம் ஆகும்னு கனவுல கூட நெனைக்கலை. அய்யா, என்னை மன்னிச்சுருங்க.'

'இல்லைம்மா, மன்னிப்பு கேக்கவேண்டியது நான். என்னால தான் இந்த சூழ்ச்சியெல்லாம் நடந்தது. என் உசுரைத் தாங்கிப் பிடிக்கத்தானே இத்தனை அநியாயமும் நடந்தது?'

'இல்லை அய்யா.'

கோபத்துடன், 'நீ சும்மாரு. குறுக்க பேசாம, நான் சொல்றதை நீ கேட்டாகணும்.'

'அய்யா, ஸ்ட்ரெய்ன் பண்ணிக்கவே கூடாதுன்னு...'

'போடி மூதி' என்று பணிப்பெண்ணை அதட்ட, அவள் முகம் சிறுத்தது.

'நீ கொஞ்ச நேரம் வெளிய இரும்மா. நான் பாத்துக்கறேன். இவர் என் அப்பாதான்.'

'என் கடமையை செஞ்சேன். அப்பறம் என்னை...'

'உன்னை யாரும் ஒண்ணும் சொல்லமாட்டாங்க. நான் செத்தாப் பரவால்லை, போ முதல்ல.'

'மஞ்சரி கேளு, திருடப்பட்ட இருதயம், பறிக்கப்பட்ட இருதயம், பிடுங்கப்பட்ட இருதயம் எனக்கு வைக்கிறாங்கன்னு சொல்லியிருந்தா, சம்மதிச்சிருக்கவே மாட்டேம்மா. அவ்வளவு மோசமானவன் இல்லை நான். எனக்குத் தெரியவே தெரியாதும்மா. இதை ஒத்துக்குவியா?'

'நிச்சயமா அய்யா.'

'செத்துப்போயிறத் தோணுது. இளவயசுக்காரன் கிட்ட களவாடி, கிழவனைப் பிழைக்க வைக்கிறதாவது! அநியாயம். யயாதி கதை

மாதிரி அபத்தம்மா. இந்த மாதிரி அபத்தத்தை நாகரத்தினம், அந்த நாகப்பாம்பு, அவனும் பார்கவாவும் சேர்ந்து செய்த மகாபாவம். எப்படி ஒரு ஆளுடைய மனசு சம்மதிக்கும்? எனக்கு உயிர் வாழவே பிடிக்கலை. உனக்காகத்தான் காத்திருந்தேன். உன்னை எல்லாரும் தேடிக்கிட்டிருக்காங்க. எச்சரிக்கையா இரு. உன்னையும் போட்டுத் தள்ளிருவானுக. என்னை அவங்க உசுரோட வெச்சிருக்கறதுக்கு ஒரே காரணம், இன்சாஃப் ஸ்டாக் விழாம இருக்கத்தான். எல்லாத்தையும் தூக்கிப் போட்டுட்டு, போங்கடான்னு எறியப் போறேன்...'

நர்ஸ் பத்து மாத்திரைகளைக் கொண்டு தர,

'மருந்தும் வேண்டாம், ஒண்ணும் வேண்டாம் போ' என்று மாத்திரைகளைத் தட்டிவிட்டார். அவை தரையில் சிதறின.

மஞ்சரி பொறுமையாக அவற்றைப் பொறுக்கி, மெல்ல ஒவ் வொன்றாக அவர் வாயில் வைத்துத் தண்ணீர் கொடுத்தாள். அவளைக் கண்ணீர்க் கண்ணாடிக் கண்களால் பார்த்து,

'உன்னை மாதிரி ஒரு ஆத்மாதான் என் உசிரை இருக்கத் தூண்டுது. சொல்லு கண்ணு, நான் என்ன செய்யணும்?'

'ஒழுங்கா மாத்திரை சாப்பிடணும். இந்த மாதிரி தட்டி எறியக் கூடாது.'

'நான் ஒண்ணு சொல்றேன் கேக்கறியா?'

'சொல்லுங்க அண்யா.'

'அமெரிக்கா போ.'

'பாலா மாமாகிட்டயா?'

'இல்லை, பாலாவும் உடந்தைன்னுதான் சந்தேகப்படறாங்க.'

'இல்லை.'

'எல்லா டாக்டரையும் அரஸ்ட் பண்ணிருக்காங்களே பின்ன? அது கெடக்கட்டும், உன்னை அமெரிக்கா போகச்சொன்ன காரணம் பாலாவைச் சந்திக்கவோ, அங்க தங்கவோ இல்லை. ஹார்வர்ட் பிசினஸ் ஸ்கூல் கேள்விப்பட்டிருக்கியா? அதில் சேர்ந்து ஒரு கோர்ஸ் பண்ணு. கார்ப்பரேட் மேனேஜ்மெண்ட்ல

உள்ளம் துறந்தவன் ♦ 195

எனக்கு தெரிஞ்ச ஒருத்தன்தான் புரொபசரா இருக்கான். அவன் கிட்ட பேசறேன்.'

'எதுக்கு அண்யா?'

'இன்சாஃப் சாம்ராஜ்யத்தை அடுத்தது நீதானே சமாளிக்கப் போறே? சம்பந்தப்பட்டவங்களையெல்லாம் உள்ள தள்ளிட்டா, யாரு கம்பெனியை எடுத்து நடத்தறது?'

'அண்யா, நான் வேணும்னு செஞ்சனா?'

'இல்லை, தெரியும். ஆமாம், யாரு உனக்கு கம்பெனி நெளிவு சுளிவெல்லாம கத்துக் கொடுத்தாங்க?'

'இப்ப எனக்கு ஒண்ணும் தெரியாது. ராஜன், வாங்க... அண்யா, இது ராஜன் ஸ்ரீராம். இவர்தான்...'

'ஓ... நீயா? டிவில பார்த்தேன். உன் முகத்தையும் அடிக்கடி காட்டினாங்க...'

'அய்யா, உங்களை நேர்ல சந்திப்பேன்னு கனவில்கூட நினைக்கல. ஆமதாபாத் ஐ.ஐ.எம்ல உங்க கார்ப்பரேஷனைப் பாடமா படிக்கிறாங்க!'

'நீயும் ஆமதாபாத்தா?'

'ஆமா. ஆனா, எந்த ஐ.ஐ.எம்மும் கத்துத் தராத விஷயங்களை இந்தப் பதினஞ்சு நாள்ல கத்துக்கிட்டேங்க.'

'அதான பாத்தேன். கம்பெனி லா, எல்லா விதிகளையும் தெரிஞ்சு வெச்சிருக்க. மஞ்சு, இவனையே செக்ரட்ரியா போட்டுக்க.'

'சொல்லுங்க, சொல்லுங்க!'

'இல்லை அண்யா. எனக்கு இந்த விளையாட்டோட விதிகள் எதுவும் தெரியாது. தெரிஞ்சுக்க விரும்பலை. இந்த விபரீத விளை யாட்டு அழகேசன்னு ஒரு நல்ல ஆத்மாவைக் கொன்னுடுச்சு. ஐ ஹேட் திஸ் கேம்.'

'இப்பவே சொல்லாத, யோசிச்சு சொல்லு. என்ன பண்றதா உத்தேசம்?'

'அம்மா, முன்னால வாங்க' என்று மீனாட்சியை வரவழைத்து, 'இது வந்து மீனாட்சி, அழகேசனுடைய தாய்.'

அவர் திகைத்துபோய் செய்வதறியாமல் அவள் கையைப் பிடித்துக் கண்ணில் ஒத்திக்கொண்டார்.

'அம்மா எந்த உலகத்திலும் எந்த யுகத்திலயும் உங்க மகனுக்கு நேர்ந்ததை நியாயப்படுத்த முடியாது. நான் உயிரோட இருக்கிற ஒரே ஒரு காரணத்துக்காக, உங்க மகன் பேர்ல இதய நோய் உள்ளவர்களுக்கு ஒரு ஸ்பெஷாலிட்டி ஆஸ்பத்திரி கட்டப் போறேன். உன் பேர் என்ன சொன்னே?'

'அய்யா, ராஜன் ஸ்ரீராம்.'

'ராஜன், இந்தக் காரியத்தை எடுத்து நடத்துவியா? ஒப்ப டைக்கவா?'

'நிச்சயம் செய்யறேன்யா.'

'மஞ்சு கண்ணு, அதுவரைக்கும் நான் உசிரோட இருக்கேன்மா.'

'அதுக்கப்புறமும் இருப்பீங்க.'

'நீ என்ன செய்யப்போறே?'

மஞ்சரி தன் முகத்தைத் துடைத்துக்கொண்டாள். 'சொல்றேன் அய்யா. அழகேசனோட கண்களை பார்வை இழந்த ஒரு சின்னப் பெண்ணுக்குத் தானம் கொடுத்திருக்காங்க. அவர் லிவரை ஒரு அம்பது வயசுக்காரருக்கு ட்ரான்ஸ்ப்ளாண்ட் பண்ணியிருக் காங்க. ரெண்டு கிட்னியையும் ரெண்டு பேர் எடுத்துக்கிட் டிருக்காங்க. அவங்க ஒவ்வொருத்தரா விசாரிச்சு, அவங்களைப் போய் சந்திக்கப் போறேன். அம்மாவைக் கூட்டிக்கிட்டுப் போறேன்.'

'அதுக்கப்புறம்?'

'அதுக்கப்புறம் யோசிக்கலை.'

'ஹார்வர்ட் போ. கல்யாணம் பண்ணிக்க. இதோ இந்தப் பையன் எவ்வளவு சாமர்த்தியமா இருக்கான். உனக்கு எல்லா விதத் திலயும் பொருத்தமா, உதவியா இருப்பான். என்னய்யா, எம் மவளைக் கட்டிக்கிறயா?'

ராஜன் ஸ்ரீராம், ‘இப்பவேங்க’ என்றான்.

மஞ்சரி அழுத்தமாக, ‘அண்யா, எனக்குக் கல்யாணம் ஆயிருச்சு’ என்றாள். மீனாட்சி ராகவேந்தரையே பார்த்துக் கொண்டிருந் தவள், ‘பெரியய்யா, உங்களை ஒண்ணு கேக்கலாமா?’

‘கேளுங்கம்மா.’

‘தப்பா நெனைச்சுக்காதீங்க, உங்களைத் தொடலாமா?’

‘என்னம்மா இப்படிக் கேட்டுட்டிங்க, வாங்க.’

மீனாட்சி அவரருகில் வந்து தன் உள்ளங்கையை அவர் மார்பில் வைத்துப் பார்த்து, அதன்பின் காதை வைத்துக் கேட்டாள்.

‘புள்ள, நீயும் வா, காது கொடுத்துக் கேளு. எப்படி படக்கு படக் குனு அடிக்குது பாரு. அழகேசன் உயிரோடத்தான் இருக்கான்.’